ചരിത്രജാലകം

charithrajalakam

•

v radhakrishnan

•

first edition
august 2013

•

typesetting
star communications, thiruvananthapuram

•

published
chintha publishers, thiruvananthapuram

•

printed

•

cover
ambeesh

വിതരണം

ദേശാഭിമാനി ബുക്ക് ഹൗസ്

H O തിരുവനന്തപുരം-695 035
phone: 0471-2303026, 6063026
www.chinthapublishers.com
chinthapublishers@gmail.com

ബ്രാഞ്ചുകൾ

ഹെഡ്ഡാഫീസ് ബ്രാഞ്ച് കുന്നുകുഴി • ഓവർബ്രിഡ്ജ് തിരുവനന്തപുരം • കെ എസ് ആർ ടി സി ബസ് സ്റ്റേഷൻ ആലപ്പുഴ • കെ എസ് ആർ ടി സി ബസ് സ്റ്റേഷൻ എറണാകുളം • മച്ചിങ്ങൽ ലെയ്ൻ തൃശൂർ • ഐ ജി റോഡ് കോഴിക്കോട് • മാവൂർ റോഡ് കോഴിക്കോട് • എൻ ജി ഒ യൂണിയൻ ബിൽഡിങ് കണ്ണൂർ • സെൻട്രൽ ബസ് ടെർമിനൽ കോംപ്ലക്സ് താവക്കര കണ്ണൂർ

CO - 1922 / 3272

ചരിത്രജാലകം

വി രാധാകൃഷ്ണൻ

ചിന്ത പബ്ലിഷേഴ്സ്
തിരുവനന്തപുരം-695 035

വി രാധാകൃഷ്ണൻ

മാവേലിക്കരയിൽ ജനനം. അച്ഛൻ: പരേതനായ കെ വാസുദേവപ്പണിക്കർ. അമ്മ: ജെ രാജമ്മ. അഞ്ച് സഹോദരങ്ങൾ. മാവേലിക്കര ഗവ. ബോയ്സ് ഹൈസ്കൂൾ. കായംകുളം എം എസ് എം കോളേജ്, മാവേലിക്കര പീറ്റ് മെമ്മോറിയൽ ട്രെയിനിങ് കോളേജ് എന്നിവിടങ്ങളിൽ വിദ്യാഭ്യാസം. 1980 ൽ സുഹൃത്തുക്കൾക്കൊപ്പം മാവേലിക്കരനിന്നും *ആൾക്കൂട്ടം* മാസിക പ്രസിദ്ധീകരിച്ചു. ആനുകാലികങ്ങളിൽ കഥകളും ആക്ഷേപഹാസ്യ ലേഖനങ്ങളും എഴുതിയിരുന്നു. ഇപ്പോൾ വൈജ്ഞാനിക സാഹിത്യരംഗത്ത് പ്രവർത്തിക്കുന്നു. ചരിത്രലേഖനങ്ങളും വിജ്ഞാനക്കുറിപ്പുകളും എഴുതിവരുന്നു.

ചരിത്രം വിചിത്രം, ബാബർ: വ്യക്തി; ജീവിതം, ഹുമയൂൺ –ഷേർഷ, അഞ്ചാം പാഠം (കഥകൾ), *എല്ലാം നന്മയ്ക്ക്* (ബാലകഥകൾ) *ഞാൻ അബ്ദുൾ കലാം, താരാപഥം* (സിനിമ) എന്നീ ഗ്രന്ഥങ്ങൾ പ്രസിദ്ധീകരിച്ചു.

ആലപ്പുഴ പറവൂർ ഗവ. ഹൈസ്കൂളിൽ സാമൂഹ്യശാസ്ത്ര അധ്യാപകനാണ്.

ഭാര്യ : ശ്രീകല

മക്കൾ : ശ്രീപ്രിയ, അഖിൽ

വിലാസം : വെങ്കിടേശ്വര,
സനാതനപുരം പി ഒ, ആലപ്പുഴ – 688 003

ഫോൺ : 9495524329

ഉള്ളടക്കം

ആമുഖം

ജീവിതത്തെ മുന്നോട്ട് നയിക്കുന്ന ഊർജപ്രവാഹമാണ് ചരിത്രം. സ്കൂൾ–കോളേജ് പാഠഭാഗങ്ങളുമായി ബന്ധപ്പെട്ട് നിരവധി ചരിത്ര സംഭവങ്ങളെപ്പറ്റിയും വ്യക്തികളെക്കുറിച്ചും പഠിക്കേണ്ടതായിട്ടുണ്ടല്ലോ. അതിനു സഹായകരമായ ഏതാനും കുറിപ്പുകളുടെ സമാഹാരമാണ് ഈ പുസ്തകം. അധികം അറിയപ്പെടാത്ത ചരിത്രമുഹൂർത്തങ്ങളും സംഭവങ്ങളും ഇതിൽ വായിക്കാം.

ദേശാഭിമാനി ദിനപത്രത്തിന്റെ വിദ്യാഭ്യാസപേജായ 'അക്ഷരമുറ്റ'ത്തിൽ 'ചരിത്രജാലകം' എന്ന ശീർഷകത്തിൽ പ്രസിദ്ധപ്പെടുത്തിയ കുറിപ്പുകളാണ് ഇവ. പ്രസിദ്ധീകരണകാലത്ത് വിദ്യാർഥികൾ ഉൾപ്പെടെയുള്ള വായനക്കാരെ ഇത് ആകർഷിച്ചിരുന്നതായി അറിയാൻ കഴിഞ്ഞു. അതിന്റെ അടിസ്ഥാനത്തിലാണ് ഇവ സമാഹരിക്കുന്നത്. സ്തോഭജനകവും വിചിത്രവുമായ ഒരുപാടു സംഭവങ്ങൾ ചരിത്രത്തിന്റെ പാതകളിൽ വീണുകിടപ്പുണ്ട്. അവയിലേക്കുള്ള വായനയ്ക്ക് ഒരു എളിയ ജാലകമായി ഈ കുറിപ്പുകൾ മാറുമെന്ന പ്രതീക്ഷയോടെ *ചരിത്രജാലകം* എന്ന ഈ പുസ്തകം വായനക്കാർക്കു മുന്നിൽ സവിനയം സമർപ്പിക്കുന്നു.

ആലപ്പുഴ

വി രാധാകൃഷ്ണൻ

1

ആറ്റില എന്ന ആക്രമണകാരി

ആറ്റില

'ദൈവത്തിന്റെ ചമ്മട്ടി (Scourge of god) എന്നു വിശേഷിപ്പിക്കപ്പെട്ട ഒരു ആക്രമണകാരിയുണ്ട് ചരിത്രത്തിൽ. അയാൾ നടത്തിയ ആക്രമണങ്ങൾ തികച്ചും ദൈവശിക്ഷയായിരുന്നുവത്രെ! ആറ്റില-അതായിരുന്നു പേര്. ബാർബേറിയന്മാരായ ഹൂണന്മാരുടെ നേതാവായിരുന്നു അയാൾ. മധ്യേഷ്യയിൽനിന്നും നാശത്തിന്റെ വിത്തു വിതച്ച് യൂറോപ്പിലെത്തിയ നാടോടിവർഗക്കാരായിരുന്നു ഹൂണന്മാർ.

അഞ്ചാം നൂറ്റാണ്ടിലാണ് ഹൂണന്മാർ പരാക്രമിയായ ആറ്റിലയുടെ നേതൃത്വത്തിൽ യൂറോപ്പിനെ വിറപ്പിച്ചത്. ഗോത്തിക് ഭാഷയിൽ ആറ്റില എന്നാൽ 'കൊച്ചച്ഛൻ' എന്നാണത്രേ അർഥം. വലിയ തലയും പരന്ന മൂക്കുമുള്ള ഒരു കുറിയ മനുഷ്യനായിരുന്നു ആറ്റില.

കാസ്പിയൻ കടലിന് സമീപത്തെ ഒരു രാജ്യത്തിന്റെ ഭരണാധികാരി കൂടിയായിരുന്നു ആറ്റില. തുടക്കത്തിൽ സഹോദരൻ ബ്ലേഡാ

ക്കൊപ്പം സംയുക്തഭരണമാണ് നടത്തിയത്. എന്നാൽ 445 A D യിൽ സഹോദരനെ കൊന്ന് ആറ്റില തനിച്ച് ഭരണം ഏറ്റെടുത്തു.

ആക്രമിക്കപ്പെടുന്ന രാജാക്കന്മാർ ആറ്റിലയ്ക്ക് കൈക്കൂലി എന്ന നിലയിൽ കപ്പം കൊടുക്കണം. പട്ടണങ്ങൾ ചുട്ടെരിച്ചും കൂട്ടക്കൊല നടത്തിയും അയാൾ ജൈത്രയാത്ര തുടർന്നു.

451 A D യിൽ പശ്ചിമ റോമൻ ചക്രവർത്തി പതിവനുസരിച്ചുള്ള കപ്പം കൊടുക്കാതിരുന്നപ്പോൾ അഞ്ചു ലക്ഷം ഭടന്മാരടങ്ങിയ സേനയുമായി ആറ്റില ആക്രമണം നടത്തി. എന്നാൽ പരസഹായം സ്വീകരിച്ചാണെങ്കിലും രക്തരൂഷിതമായ ഒരു യുദ്ധത്തിലൂടെ റോമാ ചക്രവർത്തി ആറ്റിലയെ തോൽപ്പിച്ചു.

എന്നാൽ അടുത്ത വർഷം ആറ്റില ഇറ്റലി ആക്രമിച്ചു. റോമാ നഗരം കവർച്ച ചെയ്ത് നശിപ്പിക്കാൻ ഉത്തരവിട്ടു. അക്കാലത്തെ മാർപ്പാപ്പ ലിയോ ഒന്നാമൻ പുറത്തിറങ്ങി വന്ന് റോമിനെ രക്ഷിക്കണമെന്ന് അപേക്ഷിച്ചുവത്രെ. ക്രൂരനും യുദ്ധക്കൊതിയനുമായിരുന്നുവെങ്കിലും ആറ്റില മാർപ്പാപ്പയുടെ അപേക്ഷ നിരസിച്ചില്ല. ഹൂണനേതാവ് റോമിൽനിന്ന് പിൻവാങ്ങി.

ആറ്റിലയുടെ അന്ത്യത്തിനും ഉണ്ട് ഒരു കഥ. 453 A D യിൽ ഒരു വിവാഹനാളിലെ രാത്രിയിൽ അയാൾ കൊല്ലപ്പെടുകയായിരുന്നു. നവവധുതന്നെയായിരുന്നുവത്രെ കൊലയാളി. ആറ്റിലയുടെ മരണശേഷം മക്കൾ രാജ്യാധികാരം ഏറ്റെടുത്തുവെങ്കിലും അധികം വൈകാതെ ഭരണം തകർന്നു.

2

നിരാഹാരത്തിലൂടെ അന്ത്യം

ചാണക്യൻ

അനാഥമാക്കപ്പെട്ട ജീവിതത്തിൽനിന്ന് പൊരുതി വിജയം നേടിയ യോദ്ധാവാണ് ചന്ദ്രഗുപ്തമൗര്യൻ. ഇന്ത്യാചരിത്രത്തിലെ ആദ്യചക്രവർത്തികൂടിയാണ് അദ്ദേഹം.

മഗധ ഭരിച്ചിരുന്ന നന്ദരാജവംശത്തിലെ ഒരംഗമായിരുന്നുവത്രേ ചന്ദ്രഗുപ്തന്റെ പിതാവ്. അമ്മ ശൂദ്രസ്ത്രീയായിരുന്നു. കുട്ടിക്കാലത്ത് അനാഥാവസ്ഥയിലായിരുന്നു ജീവിതം. മാതുലൻ പിന്നീട് ചന്ദ്രഗുപ്തനെ ആട്ടിടയന്മാർക്ക് വിലയ്ക്കു വിറ്റു. പല കൈകൾ മറിഞ്ഞ് ചന്ദ്രഗുപ്തൻ ഒടുവിൽ ചാണക്യൻ എന്ന മഹാതന്ത്രശാലിയുടെ മുന്നിൽ എത്തപ്പെട്ടു.

ചാണക്യനാണ് ചന്ദ്രഗുപ്തനെ ഒരു തികഞ്ഞ പോരാളിയാക്കി മാറ്റിയത്. നന്ദരാജവംശത്തിനെതിരെ തന്റെ പ്രതികാരം തീർക്കാൻ ചാണക്യൻ അദ്ദേഹത്തെ പ്രയോജനപ്പെടുത്തുകയായിരുന്നുവെന്നും കരുതപ്പെടുന്നു.

ഒടുവിൽ ബി സി 321 ൽ ചന്ദ്രഗുപ്തൻ അവസാനത്തെ നന്ദരാജാ

വായ ധനനന്ദനെ തോൽപ്പിച്ച് മഗധ പിടിച്ചടക്കി. അമ്മയുടെ പേരായ 'മുര'യിൽ നിന്നാണു 'മൗര്യ' എന്ന രാജവംശത്തിന്റെ ഉത്ഭവം.

അതിവിശാലമായ ഒരു സാമ്രാജ്യം അദ്ദേഹം പടുത്തുയർത്തി. ചാണക്യനായിരുന്നു മുഖ്യ ഉപദേശകനും മന്ത്രിയും.

ഒരുപാട് ശത്രുക്കൾ ഉണ്ടായിരുന്നു ചന്ദ്രഗുപ്തന്. എ ഡി അഞ്ചാം ശതകത്തിനു ശേഷം ജീവിച്ചിരുന്ന വിശാഖദത്തൻ രചിച്ച *മുദ്രാരാക്ഷസം* എന്ന സംസ്കൃത നാടകത്തിൽ ചന്ദ്രഗുപ്തമൗര്യന്റെ ശത്രുക്കൾക്കെതിരെയുള്ള ചാണക്യന്റെ തന്ത്രങ്ങൾ വിശദമായി പ്രതിപാദിച്ചിട്ടുണ്ട്.

വിഷം കലർത്തുമെന്ന് ഭയന്ന് ചക്രവർത്തിക്കുള്ള ഭക്ഷണം രുചിച്ചു നോക്കാൻ ചാണക്യൻ പ്രത്യേക ഭൃത്യന്മാരെ നിയമിച്ചിരുന്നു. അവർ ഭക്ഷിച്ച് ബോധ്യപ്പെട്ട ശേഷമേ ചക്രവർത്തി ഭക്ഷണം കഴിച്ചിരുന്നുള്ളൂ. ഒരേ കിടപ്പുമുറിയിൽ അദ്ദേഹം രണ്ടുദിവസത്തിലേറെ അന്തിയുറങ്ങുകയും പതിവില്ലായിരുന്നു.

ഭദ്രബാഹു എന്ന സന്യാസിയുടെ സ്വാധീനത്താൽ ചന്ദ്രഗുപ്തൻ ജൈനമത വിശ്വാസിയായി. ഭദ്രബാഹു ഒരു പ്രവചനവും നടത്തിയത്രേ. രാജ്യത്ത് പന്ത്രണ്ടുവർഷം നീളുന്ന ഒരു ക്ഷാമമുണ്ടാകുമെന്ന്!

എന്തോ, രാജ്യത്ത് ക്ഷാമമുണ്ടായി. ജനങ്ങളെ ദുരിതത്തിൽ നിന്നകറ്റാൻ ചക്രവർത്തി ആവുംവിധം ശ്രമിച്ചെങ്കിലും കഴിഞ്ഞില്ല. എങ്കിൽ സ്ഥാനത്യാഗം ചെയ്യാൻ തന്നെ ചന്ദ്രഗുപ്തൻ തീരുമാനിച്ചു. പുത്രൻ ബിന്ദുസാരനെ പിൻഗാമിയായി വാഴിച്ച് 24 വർഷത്തെ ഭരണത്തിന് ശേഷം അദ്ദേഹം രാജ്യത്തിന്റെ തെക്കുഭാഗത്തുള്ള ശ്രാവണബൽഗോള (കർണാടക)യിലേക്ക് പോയി. ഭദ്രബാഹു അദ്ദേഹത്തെ അനുഗമിച്ചു. അവിടെ, കുറേ വർഷത്തിനുശേഷം, ചന്ദ്രഗിരിക്കുന്നിൽ ജൈനാചാരപ്രകാരം നിരാഹാരവ്രതമനുഷ്ഠിച്ച് ചന്ദ്രഗുപ്തൻ ജീവൻ വെടിഞ്ഞു.

ചന്ദ്രഗുപ്തന് വിശേഷണം ഏറെയുണ്ട്. ഗ്രീക്ക് രേഖകളിൽ *സാൻഡ്രോക്കോട്ടസ്* എന്നാണ് അദ്ദേഹം പരാമർശിക്കപ്പെടുന്നത്. ഇന്ത്യയിലെ 'ഷിഹുവാങ് തി' എന്നും വിശേഷണമുണ്ട്. (ചൈനാചരിത്രത്തിലെ ആദ്യ ചക്രവർത്തി ഷിഹുവാങാണ് വൻമതിൽ നിർമിച്ചത്) തപാൽ മുദ്രയിലൂടെ ആദരിക്കപ്പെട്ട ആദ്യ ഇന്ത്യൻ ചക്രവർത്തിയും ചന്ദ്രഗുപ്തമൗര്യനാണ്.

3

ഹർഷവർധനന്റെ ജൈത്രയാത്ര

ഉത്തരേന്ത്യയിലെ ചക്രവർത്തിയായ ഹർഷവർധനന്റെ കഥ കേൾക്കുക.

ഗുപ്ത സാമ്രാജ്യത്തിന്റെ തകർച്ചയിൽനിന്ന് ഉടലെടുത്ത സ്വതന്ത്ര രാജ്യങ്ങളിൽ ഒന്നായിരുന്നു വർധനന്മാരുടെ രാജ്യം. കുരുക്ഷേത്രത്തിനടുത്ത താനേശ്വരം ആയിരുന്നു ആസ്ഥാനം.

പ്രഭാകര വർധനൻ എന്ന രാജാവിന്റെ മൂന്നു മക്കളിൽ ഒരാളായിരുന്നു ഹർഷൻ. രാജ്യവർധനനും രാജ്യശ്രീയും സഹോദരങ്ങൾ. കനൗജിലെ രാജാവ് ഗ്രഹവർമനാണ് രാജ്യശ്രീയെ വിവാഹം ചെയ്തത്. താനേശ്വരവും കനൗജും തികഞ്ഞ സൗഹാർദത്തിൽ കഴിഞ്ഞു.

ഈ സൗഹൃദത്തിനെതിരെ ഒരു എതിർപക്ഷം രൂപംകൊണ്ടിരുന്നു. മാൾവയിലെ രാജാവ് ദേവഗുപ്തനും ബംഗാളിലെ ഗൗഡരാജാവ് ശശാങ്കനുമായിരുന്നു എതിർപക്ഷക്കാർ.

പ്രഭാകര വർധനന്റെ അകാലമരണം കാര്യങ്ങൾ മാറ്റിമറിച്ചു. ദേവഗുപ്തൻ കനൗജ് ആക്രമിച്ച് ഗ്രഹവർമനെ വധിച്ചു. രാജ്യശ്രീയെ തടവിലാക്കുകയും ചെയ്തു.

ഹൂണന്മാർക്കെതിരെ പടനയിക്കുകയായിരുന്ന ജ്യേഷ്ഠൻ രാജവർധനൻ വിവരമറിഞ്ഞ് തിരിച്ചെത്തി. അച്ഛന്റെ മരണത്തെത്തുടർന്ന് അമ്മ സതി അനുഷ്ഠിച്ചതറിഞ്ഞ് അദ്ദേഹം അതീവ ദുഃഖിതനായി. രാജപദവി ഉപേക്ഷിച്ച് സന്യാസം സ്വീകരിക്കാൻ രാജ്യവർധനൻ തീരുമാനിച്ചു.

എന്നാൽ ഈ സമയത്ത് താനേശ്വരം ആക്രമിക്കാനായി ദേവഗുപ്തന്റെ സഖ്യം എത്തി. ഇതോടെ രാജ്യവർധനൻ തന്റെ തീരുമാനം മാറ്റി. പകയോടെ പോരാടി അദ്ദേഹം ദേവഗുപ്തനെ യുദ്ധത്തിൽ വധിച്ചു.

രാജ്യവർധനൻ തോൽപ്പിച്ച സഖ്യത്തിൽ ബംഗാളിലെ ശശാങ്കനുമു

ണ്ടായിരുന്നു. ഇയാളാണ് ബോധ്ഗയയിലെ ബോധിവൃക്ഷം മുറിച്ചുകളഞ്ഞത്. നേരിട്ടുള്ള യുദ്ധത്തിന് പകരം ചതി പ്രയോഗിക്കാനാണ് ശശാങ്കൻ തീരുമാനിച്ചത്. തന്റെ പുത്രിയെ ദാനം ചെയ്യാനെന്ന് പറഞ്ഞ് രാജ്യവർധനനെ തന്റെ താവളത്തിലേക്ക് ക്ഷണിച്ചുവരുത്തി. വിരുന്നിനിടെ ശശാങ്കന്റെ പിണിയാളുകൾ രാജ്യവർധനനെ അരുംകൊല ചെയ്തു.

അതോടെ താനേശ്വരവും കനൗജും ശശാങ്കന്റെ അധീനതയിലായി. ജനങ്ങളെ പ്രീതിപ്പെടുത്താൻ രാജ്യശ്രീയെ തടവിൽനിന്ന് അയാൾ മോചിപ്പിച്ചു. മോചിതയായ അവർ സതി അനുഷ്ഠിക്കുന്നതിന് വിന്ധ്യാവനാന്തരങ്ങളിലേക്ക് പോയി.

ഈ ദുരന്തങ്ങൾക്കിടയിലാണ് പതിനാലുകാരനായ ഹർഷൻ ഭരണമേറ്റത്. ശക്തനായ കാമരൂപ(അസം) രാജാവിന്റെ പിന്തുണ ആദ്യം തന്നെ അദ്ദേഹം ഉറപ്പാക്കി. ഈ സഖ്യത്തിന്റെ അപകടം മനസിലാക്കിയ ശശാങ്കൻ താനേശ്വരത്തുനിന്ന് പിന്മാറാൻ നിർബന്ധിതനായി. വിന്ധ്യാവനത്തിൽനിന്ന് ഹർഷൻ സഹോദരിയെ കണ്ടെത്തി രക്ഷപ്പെടുത്തി. ശശാങ്കനെ കനൗജിൽനിന്ന് അദ്ദേഹം പുറത്താക്കി. തന്റെ ശത്രുവായ ശശാങ്കനെ നശിപ്പിക്കാനായി പിന്നീടുള്ള ശ്രമം.

എന്നാൽ ഹർഷകാലഘട്ടത്തെപ്പറ്റി പറയുന്ന ബാണഭട്ടനോ (*ഹർഷചരിത*ത്തിന്റെ കർത്താവ്), ഹുയാൻ സാങ്ങോ തുടർന്നുള്ള സംഭവങ്ങൾ പരാമർശിച്ചിട്ടില്ല. എ ഡി 619 ൽ ശശാങ്കൻ അന്തരിച്ചതോടെ ശത്രുത അവസാനിച്ചിരിക്കാമെന്ന് കരുതാം.

പല സൈനിക വിജയങ്ങളും നേടിയെങ്കിലും നർമദാതീരത്തു നടന്ന ഒരു യുദ്ധത്തിൽ (636) ഹർഷൻ പരാജിതനായി. പടിഞ്ഞാറെ ചാലൂക്യ രാജാവായ പുലികേശി രണ്ടാമൻ അദ്ദേഹത്തെ തോൽപ്പിച്ചു.

'ഹിന്ദുകാലഘട്ടത്തിലെ അക്ബർ' എന്നാണ് ഒരു യൂറോപ്യൻ ചരിത്രകാരൻ ഹർഷനെ വിശേഷിപ്പിച്ചത്.

4

പത്നിക്കായ് പണിതത് പർവതം

മരുത്വാ മലയുമായി ഹനുമാൻ പറന്നു വരികയായിരുന്നുവെന്ന് പുരാണം. എന്നാൽ സ്വന്തം പത്നിക്കുവേണ്ടി ഒരു മല തന്നെയങ്ങു നിർമി ച്ചാലോ? അക്കഥ ഇങ്ങനെ.

നെബുക്കദ് നെസാർ (Nebuchad nezzer) എന്ന രാജാവാണ് കഥാ നായകൻ. സുമേറിയൻ സംസ്കാരത്തിന്റെ ഭാഗമായ ബാബിലോണിയ യിൽ ക്രിമു ഏഴാം നൂറ്റാണ്ടിലാണ് ഇദ്ദേഹം ഭരണം നടത്തിയത്.

നെസാർ ബാബിലോണിയയിൽ മനോഹരമായ ഒരു കൊട്ടാരം പണി കഴിപ്പിച്ചിരുന്നു. അതിനു സമീപം അൽപ്പം ഉയർന്ന ഭാഗത്ത് ഒരു കൃത്രി

തൂങ്ങി നിൽക്കുന്ന ഉദ്യാനം (Hanging Garden)

മപർവതവും നിർമിച്ചു. എന്നിട്ട് വൃക്ഷങ്ങളും കാട്ടുപൊന്തകളുംകൊണ്ട് ആ ഭാഗം ഒരു നിബിഡ വനമാക്കി മാറ്റിയത്രേ. അതിനുള്ളിൽ ഒരു ഉദ്യാനവും സൃഷ്ടിച്ചു. സപ്താത്ഭുതങ്ങളിൽ ഒന്ന് എന്നു ഗ്രീക്കുകാർ വിശേഷിപ്പിച്ച ഇത് 'തൂങ്ങി നിൽക്കുന്ന ഉദ്യാനം' (Hanging Garden) എന്നറിയപ്പെട്ടു.

ഇത്രവലിയ സാഹസം കാട്ടിയതെന്തിനാണെന്നുകൂടി അറിയേണ്ടേ? സ്വന്തം പത്നിയുടെ മാനസികോല്ലാസത്തിനു വേണ്ടിയാണത്രേ നെസാർ ഈ പെടാപ്പാടെല്ലാം പെട്ടത്. മിഡിയ എന്ന സ്ഥലത്തെ മലമ്പ്രദേശത്ത് ജനിച്ചുവളർന്നവളായിരുന്നു ഈ രാജപത്നി. കൊട്ടാരത്തിൽനിന്ന് നോക്കിയാൽ കാണത്തക്കവിധം ഗിരിപ്രദേശത്തെന്നപോലെ വൃക്ഷലതാദികളാൽ സമൃദ്ധമായ ഒരു പൂന്തോട്ടമാണ് നെസാർ സൃഷ്ടിച്ചത്. ഇതിന്റെ നിർമാണം സ്വന്തം മേൽനോട്ടത്തിലുമാണത്രേ അദ്ദേഹം നിർവഹിച്ചത്.

ഒരു കണക്കിന് ഈ രാജാവു ഭാഗ്യവാനാണ്. രാജപത്നി വല്ല മഞ്ഞുമലയിലോ മറ്റോ ജനിച്ചിരുന്നുവെങ്കിലോ? രാജാവിനു മഞ്ഞുമലതന്നെ നിർമിക്കേണ്ടിവന്നേനെ!

5

ബാബിലോണിയൻ ബന്ധനം

ബാബിലോണിയൻ ബന്ധനം
ചിത്രകാരന്റെ ഭാവനയിൽ

ചരിത്രത്തിൽ അരങ്ങേറിയ ഒരു ബന്ധനത്തെപ്പറ്റിയാണ് പറയുന്നത്. ബി സി ഏഴാം നൂറ്റാണ്ടിൽ ബാബിലോണിലാണ് ഒരു രാജാവിനും അദ്ദേഹത്തിന്റെ ആയിരക്കണക്കിന് പ്രജകൾക്കും വർഷങ്ങളോളം തടവിൽ കഴിയേണ്ടിവന്നത്. ബാബിലോണിയ ഭരിച്ച നെബുക്കദ് നെസാർ ആണ് യഹൂദരുടെ രാജാവിനോടും ജനങ്ങളോടും ഈ കൊടുംക്രൂരത കാട്ടിയത്. സ്വന്തം പത്നിയെ സന്തോഷിപ്പിക്കാൻ 'തൂങ്ങിനിൽക്കുന്ന ഉദ്യാനങ്ങൾ (Hanging Garden) നിർമിച്ച രാജാവാണ് നെസാർ.

ബാബിലോണിയൻ രാജാവായ നെസാർ ഈജിപ്ത് പിടിച്ചടക്കിയ ശേഷം പലസ്തീൻ ആക്രമിച്ചു. പലസ്തീനിലെ യഹൂദരാകട്ടെ ഒട്ടും വിട്ടുകൊടുത്തില്ല. കൊടുംയുദ്ധം തന്നെ നടന്നു. വിജയിച്ച നെസാർ

അനേകം യഹൂദരെ തടവുകാരാക്കി സ്വദേശത്തേക്കു കൊണ്ടുപോയി.

തോറ്റെങ്കിലും പലസ്തീനിലെ യഹൂദർ അടങ്ങിയിരുന്നില്ല. അവർ വിദേശ ഭരണത്തിനെതിരെ കലാപമുയർത്തി. നെസാറുണ്ടോ വിടുന്നു. ലഹള പൊട്ടിപ്പുറപ്പെട്ട സ്ഥലത്ത് നേരിട്ടുവന്ന് ഒരു പട്ടണം തന്നെ നെസാർ ചുട്ടുചാമ്പലാക്കി. സോളമൻ ചക്രവർത്തിയുടെ വിശ്രുത ദേവാലയം പോലും നശിപ്പിച്ചു.

കലിയടങ്ങാത്ത നെസാർ യഹൂദ രാജാവിന്റെ കൺമുന്നിൽ അദ്ദേഹത്തിന്റെ രണ്ടുപുത്രന്മാരെ കശാപ്പുചെയ്തു. പോരാഞ്ഞ് രാജാവിന്റെ ഇരുകണ്ണുകളും ചൂഴ്ന്നെടുത്തു. അന്ധനാക്കപ്പെട്ട രാജാവിനേയും ആയിരക്കണക്കിന് പ്രജകളേയും തടവുകാരാക്കി ബാബിലോണിലെത്തിച്ചു. ഏറെക്കാലം യഹൂദർക്ക് അവിടെ അടിമത്തത്തിൽ കഴിയേണ്ടിവന്നു. യഹൂദ ചരിത്രത്തിൽ ബാബിലോണിയൻ ബന്ധനം (Babylonian captivity) എന്നാണ് ഇത് അറിയപ്പെടുന്നത്.

6

വ്യത്യസ്തനായ ഒരു ചക്രവർത്തി

കുബ്ലൈഖാൻ

നിഷ്ഠുരതയ്ക്ക് കുപ്രസിദ്ധി നേടിയവരായിരുന്നു മംഗോളിയന്മാർ. ചെങ്കിസ്ഖാൻ തന്നെ മികച്ച ഉദാഹരണം. അഫ്ഗാനിസ്ഥാനിലെ ഹിറാറ്റ് നഗരത്തിൽ ഖാനും കൂട്ടരും ചേർന്ന് ഒരാഴ്ചകൊണ്ട് കൊന്നൊടുക്കിയത് ലക്ഷക്കണക്കിന് ആൾക്കാരെയാണ്.

എന്നാൽ, അന്ധതയിലെ പ്രകാശരേഖപോലെ, മംഗോൾ വംശത്തിലും ഉണ്ടായിരുന്നു വ്യത്യസ്തനായ ഒരു ചക്രവർത്തി. കുബ്ലൈഖാൻ (1215–1294) എന്നു പേര്. ഇംഗ്ലീഷ് കവി കോൾറിഡ്ജ് തന്റെ കവിതയിലൂടെ അനശ്വരനാക്കിയ ചരിത്രപുരുഷൻ!

മുൻഗാമികളിൽനിന്നു വ്യത്യസ്തനായി കുബ്ലൈഖാൻ രക്തച്ചൊരിച്ചിലിനെ വെറുത്തു. സമാധാനത്തെ എപ്പോഴും ഇഷ്ടപ്പെട്ടു. എന്നാൽ സിരകളിൽ ചോരക്കൊതി കൊണ്ടുനടന്നിരുന്ന മംഗോൾ യുദ്ധപ്രഭുക്കൾക്കു ചക്രവർത്തിയുടെ ഈ തണുപ്പൻമട്ട് പിടിച്ചിരുന്നില്ല.

സമാധാനവാദിയായിരുന്നുവെങ്കിലും ഭീരുവോ ദുർബലനോ ആയിരുന്നില്ല കുബ്ലൈഖാൻ. ചൈന മുഴുവനും മംഗോൾ ആധിപത്യത്തിലാ

യത് ഇദ്ദേഹത്തിന്റെ കാലത്താണ്. പൗരസ്ത്യദേശത്തെ ഏറ്റവും ശ്രേഷ്ഠ നായ ഭരണാധികാരികളിൽ ഒരാളായാണ് ഖാൻ പരിഗണിക്കപ്പെടുന്നത്.

പീക്കിങ് ആയിരുന്നു തലസ്ഥാനം. സ്വർഗസമാനമായ കുബ്ലൈ ഖാന്റെ കൊട്ടാരത്തെപ്പറ്റി കോൾറിഡ്ജ് വർണിച്ചിട്ടുണ്ട്. ഇദ്ദേഹത്തിന്റെ ഭരണകാലത്തെപ്പറ്റി ഇറ്റാലിയൻ സഞ്ചാരിയായ മാർക്കോ പോളയും വിവ രിച്ചിട്ടുണ്ട്. മൾബറിമരത്തിന്റെ തൊലിയിൽ നിന്നുമെടുക്കുന്ന ഒരുതരം കടലാസിൽ അക്കാലത്ത് ഖാൻ നോട്ടടിച്ചിറക്കിയിരുന്നുവത്രേ!

82–ാം വയസിൽ കുബ്ലൈഖാൻ അന്തരിച്ചു. അതോടെ മംഗോളിയ രുടെ തനതായ കാടത്തവും പൈശാചികതയും തലപൊക്കി. യുദ്ധപ്ര ഭുക്കളുടെ നേതൃത്വത്തിൽ ചക്രവർത്തിയുടെ പത്നിമാരെ ജീവനോടെ കുഴിച്ചുമൂടി. കുബ്ലൈഖാന്റെ ശരീരം അവസാനമായി ഒരുനോക്കുകാണാ നെത്തിയ പ്രജകളെയും ഈ യുദ്ധവെറിയന്മാർ വെറുതെ വിട്ടില്ല. അവ രെയൊക്കെ വാളിനിരയാക്കി. "നിന്റെ യജമാനനു നിന്നെയൊക്കെ സ്വർഗ ത്തിൽ ആവശ്യമുണ്ട്. അതുകൊണ്ട് നീയും കൂടെ പോവുക." എന്ന് ആക്രോശിച്ചുകൊണ്ടാണ് ചോരക്കൊതിയന്മാർ ആ പാവങ്ങളെ കശാ പ്പുചെയ്തത്.

7

ചോരക്കൊതി പൂണ്ട ടിമൂർ

ടിമൂർ

രാജ്യങ്ങൾ ആക്രമിച്ചു കീഴടക്കി നാട്ടുകാരെ കൂട്ടത്തോടെ കൊന്നൊടുക്കുക, സമ്പത്ത് കൊള്ളയടിച്ച് കൊണ്ടുപോവുക, ചരിത്രത്തിൽ ക്രൂരതയുടെ പര്യായമായിരുന്നു ടിമൂർ എന്ന ഭരണാധികാരി.

1369–ൽ ചതിപ്രയോഗത്തിലൂടെ ടിമൂർ സമർഖണ്ഡിലെ രാജാവായി. തുടർന്ന് ചെങ്കിസ്ഖാന്റെ മംഗോൾ സാമ്രാജ്യത്തിന്റെ പുനഃസ്ഥാപനം ടിമൂർ സ്വയം പ്രഖ്യാപിച്ചു. പേർഷ്യ (ഇറാൻ) കീഴടക്കിയ അദ്ദേഹത്തിന്റെ സാമ്രാജ്യം തെക്കൻ റഷ്യവരെ വ്യാപിച്ചിരുന്നു. ഒരുവർഷം മോസ്കോ ടിമൂറിന്റെ കീഴിലായിരുന്നു.

1398 ഏപ്രിലിൽ ടിമൂർ ഇന്ത്യയിലേക്കു പുറപ്പെട്ടു. ഒക്ടോബറിൽ മുൾട്ടാനു സമീപമുള്ള തലാംബയിൽ എത്തി. ആ പ്രദേശമാകെ തകർത്തു. നാട്ടുകാരെ കൂട്ടത്തോടെ കൊന്നൊടുക്കി. ഒട്ടേറെ പേരെ തടവുകാരായി പിടിച്ചു. ഡിസംബർ ആദ്യം ഇന്ത്യൻ അതിർത്തിയിലെത്തി. ഒരുലക്ഷത്തോളം പുരുഷ തടവുകാരെ അവിടെ കശാപ്പുചെയ്തു. ഡൽഹിയിലെ തുഗ്ലക്ക് സുൽത്താൻ മഹമൂദും

പടയും ടിമൂറിനെ എതിരിടാനെത്തി. കൊടുങ്കാറ്റുപോലെ ആഞ്ഞടിച്ച ടിമൂറിന്റെ ആക്രമണത്തിൽ സുൽത്താനും സേനയും പിന്തിരിഞ്ഞോടി.

ഡിസംബർ 18 ന് ടിമൂർ ഡൽഹി നഗരത്തിൽ പ്രവേശിച്ചു. 15 ദിവസം തുടർച്ചയായി കൊള്ളയും കൊള്ളിവെപ്പും നടത്തി. ഹിന്ദു-മുസ്ലീം ഭേദമന്യേ സ്ത്രീകളെയും കുട്ടികളെയും നിഷ്ഠൂരമായി കൊന്നൊടുക്കി. 200 വർഷംകൊണ്ട് ഡൽഹി സുൽത്താന്മാർ സമാഹരിച്ച സമ്പത്ത് കവരുകയായിരുന്നു ലക്ഷ്യം. ഡൽഹിയിലെ കരകൗശലവിദഗ്ധന്മാരെ സമർഖണ്ഡിൽ മനോഹരസൗധങ്ങൾ നിർമിക്കാൻ അവിടേക്ക് കൊണ്ടുപോയി.

ഇന്ത്യയിൽ തങ്ങാമെന്ന ആഗ്രഹമൊന്നും ടിമൂറിനുണ്ടായിരുന്നില്ല. 1399 ജനുവരി ഒന്നിനു കൊള്ളമുതലുമായി ഫിറോസാബാദിലൂടെ മടങ്ങിപ്പോകുംവഴി മേററിനെ ആക്രമിച്ചു. കാങ്ഗ്രാ കീഴടക്കി. ജമ്മുവിനെ തകർത്തു. അവിടങ്ങളിലൊക്കെ ചോരപ്പുഴ ഒഴുക്കി. അങ്ങനെ ഇന്ത്യക്ക് ആക്രമണങ്ങളിൽ അതിനുമുമ്പൊരിക്കലും ഉണ്ടാകാത്തവിധം കെടുതികൾ സമ്മാനിച്ച് മാർച്ച് 19 ന് ടിമൂർ സിന്ധിയിലേക്കു തിരികെ കടന്നു.

ടിമൂറിന്റെ ആക്രമണത്തോടെ തുഗ്ലക്ക് ഭരണവും അവസാനിച്ചു. ഒപ്പം ഡൽഹിയെ ഭയങ്കര ക്ഷാമം പിടികൂടി 1405-ൽ ചൈനയിലേക്ക് നടത്തിയ പടയോട്ടത്തിനിടെ ടിമൂർ 69-ാം വയസിൽ അന്തരിച്ചു.

ചോരക്കൊതിയും പൈശാചികതയും കൊണ്ടാണ് ടിമൂർ ചരിത്രത്തിൽ ഇടം നേടിയത്. എന്നാൽ സമർഖണ്ഡിനെ അദ്ദേഹം ഏഷ്യയിലെ മനോഹരമായ നഗരമാക്കി മാറ്റി.

8

ഖുസ്റു: ഇന്ത്യയുടെ തത്ത

അമീർ ഖുസ്റു

മധ്യകാല ഇന്ത്യയുടെ സാംസ്കാരിക രംഗത്തെ തേജസുറ്റ സാന്നിധ്യമായിരുന്നു അമീർ ഖുസ്റു. 'ഇന്ത്യയുടെ തത്ത' (Parrot of India) എന്ന് അദ്ദേഹം വിശേഷിപ്പിക്കപ്പെടുന്നു.

തലമുറകൾക്ക് മുമ്പ് തുർക്കിയിൽനിന്നും ഇന്ത്യയിലെത്തിയ 'ഹസാറ' എന്ന പടയാളിഗോത്രത്തിൽ 1253 ൽ ജനനം. ഇന്നത്തെ ഉത്തർപ്രദേശിലെ ഇറ്റാവാ ജില്ലയിലെ പാട്യാലിയാണ് ജന്മസ്ഥലം. പിതാവ് അമീർ സെയ്ഫുദ്ദീൻ. ഏഴാം വയസിൽ പിതാവിനൊപ്പം ഖുസ്റു തലസ്ഥാനമായ ഡൽഹിയിലെത്തി. പിന്നീട് ഏഴു സുൽത്താന്മാരുടെ ആസ്ഥാന കവിയായി സേവനമനുഷ്ഠിച്ചു.

അലാവുദ്ദീൻ ഖിൽജി ഉൾപ്പെടെയുള്ള ഡൽഹി സുൽത്താന്മാർ നടത്തിയ പടയോട്ടത്തിനിടെ അവരെ അനുഗമിക്കാനും ഖുസ്റുവിന് അവസരം ലഭിച്ചു. രാജസ്ഥാനിലെ രന്തംഭോറിലെ ആക്രമണകാലത്ത് അലാവുദ്ദീനെ അനുഗമിച്ച ഖുസ്റു രന്തംഭോർ കോട്ടയ്ക്കുവേണ്ടി നടന്ന

പോരാട്ടത്തെപ്പറ്റി വിവരിച്ചിട്ടുണ്ട്. മൂന്നുമാസം നീണ്ട ഭീകരമായ യുദ്ധത്തിനൊടുവിൽ ഭീതിജനകമായ 'ജൗഹാർ' (തോൽവി ഉറപ്പാകുമ്പോൾ സ്ത്രീകൾ സ്വയം ചിതയിൽ ചാടുന്ന രജപുത്രാചാരം) അനുഷ്ഠിക്കപ്പെട്ടതിനെപ്പറ്റിയും ഖുസ്റു രേഖപ്പെടുത്തിയിട്ടുണ്ട്.

പ്രശസ്ത ചിഷ്തി സൂഫി സന്യാസിയായ ഹസ്രത് നിസാമുദ്ദീൻ ഔലിയയുടെ പ്രിയപ്പെട്ട ശിഷ്യനായിരുന്നു ഖുസ്റു. സൂഫികളുടെ ഭക്തിഗാനമായ 'ഖവ്വാലി'യുടെ പിതാവായി അറിയപ്പെടുന്നതും അദ്ദേഹം തന്നെ. ഹിന്ദിയുടെ പൂർവരൂപമായ ഹിന്ദ്‌വി ഭാഷയിൽ രചിച്ച മസ്നവികളാണ് ഖുസ്റുവിനെ ഇന്ത്യയിൽ പ്രശസ്തനാക്കിയത്. വായ്പാട്ടുകളായി അവ ഉത്തരേന്ത്യയിലെമ്പാടും ഇന്നും പ്രചാരത്തിലുണ്ട്. അഞ്ച് ലക്ഷത്തോളം വരികൾ അദ്ദേഹം രചിച്ചതായി കരുതുന്നു.

തബല, സിതാർ എന്നീ സംഗീതോപകരണങ്ങൾ കണ്ടുപിടിച്ചതും ഖുസ്റു ആണെന്ന് വിശ്വസിക്കുന്നു. അയ്ൻ-ഇ-സിക്കന്ദറി, നുഹ്സിഫിർ, സാഹിയ-നാഹിയ തുടങ്ങിയവ പ്രധാന കൃതികൾ. പേർഷ്യനിലും രചന നടത്തി.

ഔലിയയുടെ രോഗവിവരമറിഞ്ഞ് ഔധിൽനിന്നും ഖുസ്റു ഡൽഹിയിലെത്തി. അപ്പോഴേക്കും ഗുരു ലോകത്തോട് വിടപറഞ്ഞു. ദുഃഖിതനായ ഖുസ്റു അതോടെ ലൗകികമായതെല്ലാം ഉപേക്ഷിച്ചു. അഞ്ചുമാസങ്ങൾക്കുശേഷം 1325 ൽ 72-ാം വയസിൽ അദ്ദേഹം അന്തരിച്ചു. ഔലിയയുടെ ശവകുടീരത്തിനടുത്തുതന്നെ ഖുസ്റുവിനെയും സംസ്കരിച്ചു. അനശ്വരനായ ആ കവിയുടെ ഖബറിടത്തിൽ ഇങ്ങനെ രേഖപ്പെടുത്തി. "ഖുസ്റു-കാവ്യസാമ്രാജ്യത്തിന്റെ രാജാവ്, നൈപുണ്യത്തിന്റെ സാഗരം, പരിപൂർണതയുടെ കടൽ..."

9

അലാവുദീന്റെ അന്ത്യം

അലാവുദീൻ ഖിൽജി

കുട്ടിക്കാലത്ത് പിതാവ് നഷ്ടപ്പെട്ട ബാലന് വേണ്ടത്ര വാത്സല്യം ചൊരിഞ്ഞ മാതുലൻ. സ്നേഹം വർധിച്ചപ്പോൾ മാതുലൻ സ്വന്തം മകളെത്തന്നെ അനന്തരവന് വിവാഹം ചെയ്തുകൊടുത്തു. അനന്തരവനാവട്ടെ മാതുലനെ വധിച്ച് അധികാരത്തിലുമെത്തി.

ജലാലുദീൻ ഖിൽജി എന്ന മാതുലന്റെയും അലാവുദീൻ ഖിൽജി എന്ന അനന്തരവന്റെയും കഥ ഇങ്ങനെ.

സുൽത്താൻ ജലാലുദീൻ, അലാവുദീനെ അലഹബാദിനടുത്തുള്ള 'കര' എന്ന പ്രവിശ്യയുടെ ഭരണാധികാരിയായി നിയമിച്ചിരുന്നു. എന്നാൽ വിദൂരപ്രദേശങ്ങളിൽ പോയി ആക്രമണം നടത്താൻ അലാവുദീൻ ആഗ്രഹിച്ചു. അതിനായി 1294 ൽ ഡക്കാണിലേക്ക് അദ്ദേഹം പടയോട്ടം നടത്തി. ദേവഗിരിയുൾപ്പെടെയുള്ള രാജ്യങ്ങളെ തോൽപ്പിച്ച് അളവറ്റ സ്വത്തുമായാണ് അലാവുദ്ദീൻ മടങ്ങിയെത്തിയത്.

മരുമകന്റെ ഉശിരൻ വരവ് നേരിട്ടു കണ്ട് അഭിനന്ദിക്കാൻ ഡൽഹി

യിൽനിന്നും വയോവൃദ്ധനായ ജലാലുദ്ദീനും എത്തിച്ചേർന്നു. പക്ഷേ സുൽത്താന് പിന്നീടൊരിക്കലും തിരികെ പോകേണ്ടിവന്നില്ല. മരുമകൻ അദ്ദേഹത്തെ അറുകൊലചെയ്തു. ആത്മരക്ഷ കൂടി കണക്കിലെടുക്കാതെ ഓടിക്കിതച്ചെത്തിയതിന്റെ പ്രതിഫലം.

ഇതിനിടെ സുൽത്താന്റെ വിധവ മല്ലികജഹാൻ തന്റെ ഇളയപുത്രനായ രുക്ദിനെ പുതിയ സുൽത്താനായി വാഴിച്ചു. ഇതറിഞ്ഞ് അലാവുദ്ദീൻ ഡൽഹിയിലേക്ക് തിരിച്ചു. കോരിച്ചൊരിയുന്ന മഴയത്ത് മാതുലന്റെ ശിരസ്സ് ഒരു കുന്തത്തിൽ കോർത്തുകൊണ്ടായിരുന്നുവത്രെ അലാവുദീന്റെ വരവ്.

എതിർക്കാൻ തുനിഞ്ഞ പ്രഭുക്കന്മാരെയും സൈനികമേധാവികളെയും താൻ കൊള്ളയടിച്ചുകൊണ്ടുവന്ന സ്വർണവും മറ്റും വാരിക്കൊടുത്ത് അലാവുദീൻ കൈയിലെടുത്തതായി പറയുന്നു. 1296 ഒക്ടോബർ മൂന്നിന് അദ്ദേഹം ഡൽഹി സുൽത്താനായി സ്ഥാനമേറ്റു.

ഡക്കാനിൽനിന്ന് സമ്പത്തിനൊപ്പം കഫൂർ എന്നയാളെയും അലാവുദീൻ കൊണ്ടുവന്നിരുന്നു.

കൊടുത്താൽ കൊല്ലത്തും കിട്ടും എന്നു പറഞ്ഞപോലെയായി പിന്നീട് കാര്യങ്ങൾ. അക്കഥ ഇപ്രകാരം. അലാവുദീന്റെ ഏറ്റവും വിശ്വസ്തനായി കഫൂർ മാറി. പടനീക്കങ്ങളിൽ കഫൂറിനായിരുന്നു നേതൃത്വം. നാടുകൾതോറും തീവെട്ടിക്കൊള്ള നടത്തുന്നതിലായിരുന്നു കഫൂറിന് താൽപ്പര്യം.

1312 ഓടെ അലാവുദീന്റെ ആരോഗ്യം ക്ഷയിച്ചു. ഇതോടെ കഫൂറിന്റെ കൈയിലെ ഒരു കളിപ്പാവയായിത്തീർന്നു സുൽത്താൻ. 1316 ജനുവരി രണ്ടിന് അദ്ദേഹം അന്തരിച്ചു. സുൽത്താന്റെ മരണത്തിന് പിറ്റേന്നു തന്നെ അദ്ദേഹത്തിന്റേതെന്നു പറയുന്ന ഒരു മരണപത്രം കഫൂർ ഹാജരാക്കി. മൂത്തപുത്രനായ ബിസ്റാവാന് സിംഹാസനം നിഷേധിച്ചുകൊണ്ടുള്ള ഒന്ന്. ഈ ഒസ്യത്തിന്റെ ബലത്തിൽ, അലാവുദീന്റെ ആറുവയസുമാത്രമുള്ള ഷിഹാബുദീൻ ഉമ്മറിനെ കഫൂർ അധികാരത്തിലേറ്റി. ഭരണം അങ്ങനെ കഫൂറിന്റെ പൂർണ നിയന്ത്രണത്തിലായി. മാത്രമോ അന്തരിച്ച സുൽത്താന്റെ മൂത്തപുത്രന്മാരായ ഖിസ്റാഖാന്റെയും ഷാദിഖാന്റെയും കണ്ണുകൾ കഫൂർ കുത്തിപ്പൊട്ടിച്ചു. അവരുടെ മാതാവിനെ തുറുങ്കിലടച്ചു. ധനം അപഹരിച്ചു. അലാവുദീന്റെ മൂന്നാമത്തെ പുത്രനായ മുബാരക്കിനെ അപായപ്പെടുത്താൻ ശ്രമിച്ചെങ്കിലും അയാൾ രക്ഷപ്പെട്ടു. മുപ്പതു ദിവസം കഫൂറിന്റെ 'സുന്ദരഭരണം' നീണ്ടു. അനന്തരം കഫൂറിന്റെ 'സൽക്കർമ'ങ്ങൾക്ക് പ്രതിഫലം കിട്ടി. അയാൾ വധിക്കപ്പെട്ടു. കൊച്ചു സുൽത്താന്റെ റീജന്റായി മുബാരക് ചുമതലയേറ്റു.

എന്തിനധികം 1316 ഏപ്രിലിൽ മുബാരക് സ്വന്തം ഇളയ സഹോദരൻ കൂടിയായ കൊച്ചുസുൽത്താന്റെ കണ്ണുകൾ ചൂഴ്ന്നെടുത്തു. തുടർന്ന് മുബാരക് സുൽത്താനായി.

പക്ഷേ 1320 ൽ മുബാരക് ഖുസ്റുഖാൻ എന്ന വിശ്വസ്തന്റെ കൊലക്കത്തിക്കിരയായി. ഒടുവിൽ ഇതേ ഖുസ്റുവിനെ ശിരച്ഛേദം ചെയ്തുകൊണ്ട് ഗിയാസുദീൻ തുഗ്ലക് തുഗ്ലക്ക്വംശം സ്ഥാപിച്ചു.

10

മീശ പശുവിന്റെ കൊമ്പുപോലെ

ഗുജറാത്ത് സാമ്രാജ്യത്തിന്റെ യഥാർഥ സ്ഥാപകൻ അഹമ്മദ് ഷാ ഒന്നാമനാണ്. അദ്ദേഹമാണ് 1413 ൽ രാജ്യത്തിന്റെ തലസ്ഥാനം പതാനിൽ നിന്നും താൻ നിർമിച്ച പുതിയ നഗരമായ അഹമ്മദാബാദിലേക്കു മാറ്റിയത്.

സർക്കാർ പദവികളിൽ അഹമ്മദ്ഷാ ഹിന്ദുക്കളെ കൂടുതൽ നിയമിച്ചു. ബനിയാ വ്യാപാരിവർഗക്കാരായ മാണിക് ചന്ദും മോട്ടിചന്ദും അദ്ദേ

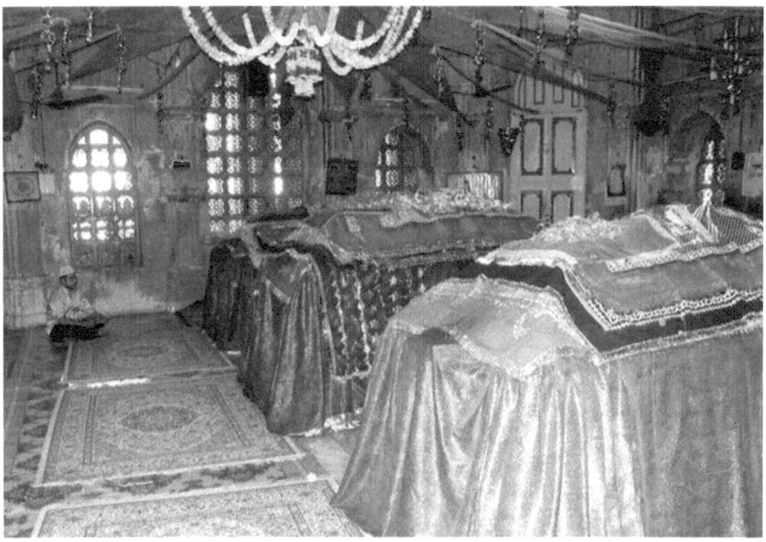

അഹമ്മദ്ഷായുടെ ശവകുടീരം

ഹത്തിന്റെ അടുത്ത അനുചരരായിരുന്നു. നീതിനിർവഹണത്തിൽ കർക്കശക്കാരനായിരുന്ന ഷാ കൊലപാതകക്കുറ്റത്തിന് സ്വന്തം ജാമാതാവിനെ ചന്തസ്ഥലത്ത് തൂക്കിലേറ്റുകയുണ്ടായി. ഹൈന്ദവ–മുസ്ലീം ഭരണാധികാരികളോട് ഒരേപോലെ അദ്ദേഹം പടവെട്ടി.

ഗുജറാത്തിലെ ഏറ്റവും പ്രശസ്തനായ സുൽത്താൻ പക്ഷേ മഹ്മൂദ് ബെഗാർഹ ആയിരുന്നു. അരനൂറ്റാണ്ടിലേറെ കാലം അദ്ദേഹത്തിന്റെ ഭരണം നീണ്ടുനിന്നു (എ ഡി 1459–1511).

സൗരാഷ്ട്രയിലെ ഗിർനാറിലെയും ദക്ഷിണ ഗുജറാത്തിലെ ചമ്പാനെറിലെയും രണ്ടുകോട്ടകൾ (ഗാർഹ) പിടിച്ചടക്കിയതുകൊണ്ടാണ് അദ്ദേഹം 'ബെഗാർഹ' എന്നറിയപ്പെട്ടത്. എന്നാൽ മഹ്മൂദിന്റെ മീശ പശുവിന്റെ കൊമ്പുപോലെ (ബെഗാർഹ) കാണപ്പെട്ടതുകൊണ്ടാണ് ഈ പേരു വീണതെന്ന് വേറൊരു അഭിപ്രായവുമുണ്ട്.

ഔപചാരിക വിദ്യാഭ്യാസമൊന്നും ബെഗാർഹയ്ക്കു ലഭിച്ചില്ല. എന്നാൽ പണ്ഡിതന്മാരുമായുള്ള സംസർഗത്തിലൂടെ അദ്ദേഹം നല്ല ജ്ഞാനം നേടി. സംസ്കൃത പണ്ഡിതനായ ഉദയസിംഹനായിരുന്നു ബെഗാർഹയുടെ ആസ്ഥാനകവി.

ആകാരം തന്നെ അതീവ കൗതുകകരമായിരുന്നു. അരക്കെട്ടു വരെ നീണ്ടുകിടക്കുന്ന താടി. തലയ്ക്കു മുകളിൽ വച്ചു കെട്ടാവുന്നത്ര നീളമുള്ളതായിരുന്നു മീശ. ബാർബോസ എന്ന സഞ്ചാരി പറയുന്നത് കുട്ടിക്കാലം മുതൽക്കെ ബെഗാർഹ ഒരു പ്രത്യേക വിഷം കഴിച്ചു ശീലിച്ചിരുന്നുവെന്നാണ്. തന്മൂലം അദ്ദേഹത്തിന്റെ കൈയിൽ ഒരു ഈച്ച വന്നിരുന്നാൽ അത് വീർത്ത് ഉടൻ തന്നെ ചത്തുപോകുമായിരുന്നുവത്രേ!

വിശപ്പിന്റെ കാര്യത്തിലും ആൾ വലിയ പ്രസിദ്ധി നേടിയിരുന്നു. ഒരു കപ്പ് തേൻ, ഒരു കപ്പ് വെണ്ണ, 150 വാഴപ്പഴം ഇവയായിരുന്നു പ്രാതൽ. പത്ത്, പതിനഞ്ച് കിലോഗ്രാം ഭക്ഷണം ഒരു ദിവസം അകത്താക്കും. ഇതൊക്കെയാണെങ്കിലും രാത്രി വിശന്നാൽ അതിനുള്ള വഴിയും കണ്ടെത്തിയിരുന്നു. തലയിണയ്ക്ക് ഇരുവശവും തളിക നിറച്ച് ഇറച്ചി അട (സമോസ)യും കരുതിവച്ചിരുന്നു.

മഹ്മൂദിന്റെ നേതൃത്വത്തിൽ ഗുജറാത്ത് ശക്തമായ ഒരു സാമ്രാജ്യമായി വളർന്നു. പിന്നീട് മുഗൾ ചക്രവർത്തി ഹുമയൂണിനെ വെല്ലുവിളിക്കാൻവിധം അവർ ശക്തി നേടുകയും ചെയ്തു.

11

ബാബറും ലോദിയും പിന്നെ രാജമാതാവും

ഇബ്രാഹിം ലോദി

മുഗൾവംശ സ്ഥാപകനായ ബാബറുടെ ജീവിതത്തിൽ നിന്നും ചില ഏടുകൾ ഇങ്ങനെ.

പിതാവിന്റെ മരണത്തെത്തുടർന്ന് ബാബർ ഫെർഘാനയുടെ രാജാവായത് 11-ാം വയസിൽ. എന്നാൽ 15-ാം വയസിൽ രാജ്യം മാത്രമല്ല സർവവും നഷ്ടപ്പെട്ട് അദ്ദേഹം അനാഥനായി.

കാബൂളിൽ നടത്തിയ ഭാഗ്യപരീക്ഷണത്തിൽ പിന്നീട് ബാബർക്കു വിജയിക്കാനായി. അതുപോലെ ഒരു ഭാഗ്യപരീക്ഷണവുമായാണ് അദ്ദേഹം ഇന്ത്യയിലുമെത്തിയത്. 1526 ഏപ്രിൽ 21 ൽ ഇപ്പോഴത്തെ ഹരിയാനയിൽ ഉൾപ്പെടുന്ന പാനിപ്പത്തിൽ ഒരു ഏറ്റുമുട്ടൽ നടന്നു. മുഗൾ സാമ്രാജ്യത്തിന് വഴി തുറന്ന യുദ്ധം-ഒന്നാം പാനിപ്പത്ത് യുദ്ധം.

ഒരു ചെറിയ സൈന്യത്തെ നയിച്ച് ബാബർ, ഡൽഹി സുൽത്താനായ ഇബ്രാഹിം ലോദിയുടെ വലിയ സേനയെ തോൽപ്പിച്ചു. മുന്നിൽ നിന്ന് പട നയിച്ച ലോദി പടക്കളത്തിൽ മരിച്ചുവീണു.

ഇബ്രാഹിം ലോദിയുടേത് ഒരു വീരമരണമായിരുന്നു. രണഭൂമിയിൽ

മരിച്ചുകിടന്ന ഡൽഹി സുൽത്താന്റെ മൃതദേഹത്തിനരികിലേക്ക് ജേതാവായ ബാബർ മെല്ലെ നടന്നുചെന്നു. ബഹുമാനപൂർവം ജഡത്തിനരികെ കുനിഞ്ഞിരുന്നു. എന്നിട്ട് ലോദിയുടെ ശിരസ്സെടുത്ത് തന്റെ മടിയിൽ വച്ച് ബാബർ കണ്ണീരോടെ ഇങ്ങനെ പറഞ്ഞു: "അങ്ങയുടെ ധീരതയോട് എനിക്ക് ബഹുമാനമുണ്ട്."

ലോദിയുടെ മാതാവായ ബുവാ ബീഗത്തിനോട് കുറ്റബോധം കലർന്ന ഒരു ആദരവാണ് ബാബർ പുലർത്തിയത്. അന്തരിച്ച തന്റെ മാതാവുമായി അവർക്ക് എന്തോ സാമ്യമുള്ളതായി അദ്ദേഹം കരുതി. ബുവായെ തന്റെ കൊട്ടാരത്തിൽ തന്നെ പാർപ്പിച്ചു.

ബുവായ്ക്ക്, പക്ഷേ തന്റെ മകനെ കൊന്ന ബാബറോട് പക മാത്രമാണ് ഉണ്ടായിരുന്നത്. 1526 ഡിസംബർ 21ന് കൊട്ടാരത്തിലെ പാചകക്കാരികളെ സ്വാധീനിച്ച് അവർ ചക്രവർത്തിയുടെ ഭക്ഷണത്തിൽ വിഷം ചേർത്തു. അൽപ്പം കഴിച്ചപ്പോൾ തന്നെ ബാബർക്ക് കാര്യം പിടികിട്ടി. മറുമരുന്നു എന്ന നിലയിൽ അദ്ദേഹം 'കറുപ്പ്' കഴിച്ചതായി പറയപ്പെടുന്നു.

വധശ്രമത്തിന് പിന്നിൽ പ്രവർത്തിച്ച ഒരു സ്ത്രീയെ ആനയുടെ കാൽച്ചുവട്ടിലേക്ക് വലിച്ചെറിഞ്ഞ ബാബർ മറ്റൊരുവളെ വെടിവെച്ചും കൊലപ്പെടുത്തി. ബുവാബീഗത്തെ കാബൂളിലേക്കയച്ചു. എന്നാൽ ചക്രവർത്തിയെ വധിക്കാൻ ശ്രമിച്ചതിന്റെ പേരിൽ കാബൂളിൽ തനിക്ക് ലഭിച്ചേക്കാവുന്ന സ്വീകരണം മോശമാകുമെന്ന് അവർ കരുതിയിരിക്കാം. എന്തായാലും പോകും വഴി ആ മുൻ രാജമാതാവ് നദിയിൽ ചാടി മരിച്ചു.

12

ഹുമയൂണിന്റെ വീഴ്ചകൾ

ഹുമയൂൺ

'ഹ്യൂമർ' എന്നാൽ ഒരു പേർഷ്യൻ ഇതിഹാസ പക്ഷിയാണ്. ഇതിന്റെ നിഴൽ തട്ടുന്നയാൾ ഭാഗ്യവാനാകുമെന്നാണ് വിശ്വാസം. ബാബർ തന്റെ മൂത്തപുത്രന് നൽകിയത് ആ പേരാണ്. 'ഹുമയൂൺ' 'ഭാഗ്യവാൻ' എന്നർഥം. എന്നാൽ ഇത്രയും നിർഭാഗ്യവാനായ വേറൊരാൾ ഇന്ത്യാചരിത്രത്തിലില്ല.

1508 ൽ കാബൂളിലാണ് ഹുമയൂൺ ജനിച്ചത്. മുഴുവൻ പേര് നാസിറുദീൻ മുഹമ്മദ് ഹുമയൂൺ. 1526 ൽ ബാബർ ഇന്ത്യ ആക്രമിക്കുമ്പോൾ ഹുമയൂൺ പിതാവിനെ അനുഗമിച്ചിരുന്നു. 1530 ൽ അകാലത്തിൽ അന്തരിക്കുമ്പോൾ വ്യവസ്ഥാപിതമായ ഒരു സാമ്രാജ്യമൊന്നുമല്ല ബാബർ അവശേഷിപ്പിച്ചത്.

22-ാം വയസിൽ ഹുമയൂൺ മുഗൾ ചക്രവർത്തിയായി. ബാബർ തന്റെ സാമ്രാജ്യം നാല് പുത്രന്മാർക്കായി വീതിച്ചു നൽകിയതിന്റെ തിക്തഫലം ഹുമയൂൺ ശരിക്കും അനുഭവിച്ചു. തുടക്കത്തിൽ ചില വിജയങ്ങൾ നേടിയതൊഴിച്ചാൽ ബീഹാറിലെ അഫ്ഗാൻ ഭരണാധികാരിയായ

ഷേർഷാക്കു മുന്നിൽ അദ്ദേഹം പരാജയപ്പെട്ടു. 1540 ൽ നടന്ന കനൗജ് യുദ്ധത്തോടെ രാജ്യമില്ലാത്ത ചക്രവർത്തിയായിത്തീർന്നു ഹുമയൂൺ.

ഉറ്റവരും ഉടയവരും കൈവിട്ട ഹുമയൂൺ സിന്ധിലെത്തി. താൻ നേരിട്ട് അമീറായി നിയമിച്ച ഹുസയിനിന്റെ സഹായം പ്രതീക്ഷിച്ചാണ് എത്തിയത്. പക്ഷെ സഹായം ലഭിച്ചില്ല. സിന്ധ് മരുഭൂമിയിലൂടെ പിന്നെ അനന്തമായ അലച്ചിൽ. ഇതിനിടയിലാണ് അമർകോട്ടയിൽ വച്ച് 1542 നവംബർ 23-ന് പത്നി ഹമീദബാനുബീഗം അക്ബർക്ക് ജന്മം നൽകിയത്.

ക്ലേശങ്ങൾ അസഹ്യമായപ്പോൾ സഹോദരങ്ങൾക്കൊപ്പം ചേരാനായി ഹുമയൂൺ കാണ്ഡഹാറിലേക്ക് പുറപ്പെട്ടു. ജ്യേഷ്ഠന്റെ വരവറിഞ്ഞ് യാത്ര മുടക്കാനായി അനുജൻ കമ്റാന്റെ ശ്രമം. മറ്റൊരു സഹോദരനായ അസ്കരിയുടെ നേതൃത്വത്തിൽ ഹുമയൂണിനെതിരെ കമ്റാൻ ഒരു സൈന്യത്തെയും നിയോഗിച്ചു. ഒരേ രക്തത്തിൽ പിറന്ന സഹോദരനെതിരെ പോരാടാൻ ഹുമയൂൺ തയാറായില്ല. പകരം ഏതെങ്കിലുമൊരു നാട്ടിൽ അഭയാർഥിയായി കഴിഞ്ഞ് തന്റെ നിർഭാഗ്യങ്ങൾ അനുഭവിച്ച് തീർക്കാനാണ് അദ്ദേഹം തീരുമാനിച്ചത്. ക്ലേശകരമായ യാത്രയിൽ ശിശുവായ പുത്രനെ ഒപ്പം കൊണ്ടുപോകുന്നത് സുരക്ഷിതമല്ലാത്തതിനാൽ അക്ബറെ തന്റെ സഹോദരിയുടെ പക്കൽ ഏൽപ്പിച്ചു. പിന്നീട് അദ്ദേഹം അനിശ്ചിതത്വത്തിന്റെ പെരുവഴിയിലേക്കിറങ്ങി.

ഈ യാത്രയിൽ ഹുമയൂൺ ഒരു വഴി കണ്ടെത്തി. പേർഷ്യയിൽ അഭയംതേടുക. അങ്ങനെ ക്ഷണിക്കപ്പെടാത്ത അതിഥിയായി 1544 ൽ ഹുമയൂണും സംഘവും പേർഷ്യൻ ഷാ തഹ്മാസ്പിന്റെ കൊട്ടാരത്തിലേക്ക് പുറപ്പെട്ടു. 11 വർഷക്കാലം അദ്ദേഹം ഷായുടെ ഔദാര്യത്തിൽ കഴിഞ്ഞു.

പേർഷ്യൻ സഹായത്തോടെ 1555 ജൂലൈയിൽ ഷേർഷായുടെ പിൻഗാമിയെ തോൽപ്പിച്ച് ഹുമയൂൺ ഡൽഹിയും ആഗ്രയും പിടിച്ചടക്കി ഒരിക്കൽക്കൂടി മുഗൾസിംഹാസനത്തിലെത്തി.

1556 ജനുവരി 24-ന് കൈയിൽ നിറയെ പുസ്തകങ്ങളുമായി കൊട്ടാരത്തിന്റെ മുകൾനിലയിലുള്ള വായനശാലയിൽനിന്നും കോണിപ്പടിയിലൂടെ ഹുമയൂൺ താഴേക്കിറങ്ങി. അപ്പോൾ പ്രാർഥനയ്ക്കുള്ള ബാങ്കുവിളി കേട്ടു. ബാങ്കുവിളി കേൾക്കുന്ന സ്ഥലത്തുവച്ചുതന്നെ പ്രാർഥിക്കുന്നതു ശീലമാക്കിയിരുന്ന അദ്ദേഹം പ്രാർഥനയ്ക്കായി കോണിപ്പടിയിൽ മുട്ടുകുത്തി നിൽക്കാൻ ശ്രമിച്ചു. ഇതിനിടെ കാൽപ്പാദം കുപ്പായത്തിൽ കുടുങ്ങി. പടികൾ മറിഞ്ഞ് താഴേക്ക്. ആ വീഴ്ചയുടെ മൂന്നാംനാൾ ഹുമയൂൺ അന്തരിച്ചു. ലെയ്ൻ പൂൾ എന്ന ചരിത്രകാരന്റെ ഭാഷയിൽ "ഇങ്ങനെ ജീവിതത്തിൽ എന്നും ഉരുണ്ടുവീണുകൊണ്ടിരുന്ന ഹുമയൂൺ ഉരുണ്ടുകൊണ്ടുതന്നെ സ്വന്തം ജീവിതത്തെ മറികടന്നുപോയി."

13

പുലിയെ പപ്പടമാക്കി ഫരീദ് ഷേർഖാനായി

ഷേർഷാ

സൂർവംശ സ്ഥാപകനായ ഷേർഷായെപ്പറ്റി കൂട്ടുകാർ കേട്ടിരിക്കും. ക്ലേശങ്ങളും സാഹസവും നിറഞ്ഞതായിരുന്നു ഷേർഷായുടെ ജീവിതം.

ബഹ്ലൂൽലോദി ഡൽഹി സുൽത്താനായ കാലത്ത് അഫ്ഗാനിസ്ഥാനിൽനിന്ന് ഇന്ത്യയിലെത്തിയ പഠാൻ കുടുംബത്തിലാണ് 1486 ൽ 'ഷേർഷാ' എന്ന ഫരീദ് ജനിച്ചത്. മുഴുവൻ പേര് ഫരീദ് ഉദ്ദീൻ അബുൾ മുസാഫർ. പിതാവ് ഹസ്സൻ അറിയപ്പെടുന്ന കുതിരവളർത്തുകാരനായിരുന്നു.

ഹസ്സന്റെ രണ്ടാംഭാര്യയുടെ മോശമായ പെരുമാറ്റം മൂലം 22-ാം വയസിൽ ഫരീദ് വീടുവിട്ട് ജൗൺപൂരിലെത്തി. 1522 ൽ അദ്ദേഹം ബീഹാറിലെ ഭരണാധികാരി ബഹർഖാൻ ലൊഹാനിയുടെ സൈന്യത്തിൽ ചേർന്നു.

ബീഹാറിലെ ഒരു വനത്തിൽ നടന്ന സംഭവം ഫരീദിന്റെ പേര് തന്നെ മാറ്റിക്കളഞ്ഞു. പൂർണ വളർച്ചയെത്തിയ ഒരു പുലി (ഷേർ)യെ നിരായുധനായ ഫരീദ് ഒറ്റയ്ക്ക് വകവരുത്തി. ഈ ധീരതയെ ആദരിച്ച്

ബഹർഖാൻ ഫരീദിനൊരു ബഹുമതി നൽകി 'ഷേർഖാൻ' മാത്രമല്ല തന്റെ മകന്റെ അധ്യാപകനായും ഫരീദിനെ നിയമിച്ചു.

എന്നാൽ ചില അസൂയാലുക്കളുടെ കുതന്ത്രം മൂലം ഷേർഖാനു ബീഹാർ വിടേണ്ടിവന്നു. അദ്ദേഹം മുഗൾ ചക്രവർത്തി ബാബറുടെ സൈന്യത്തിൽ ചേർന്നു. 1528 ൽ ഷേർഖാൻ വീണ്ടും ബീഹാറിലെത്തി. വൈകാതെ ബീഹാറിന്റെ ഭരണാധികാരിയുമായി.

ഷേർഖാന്റെ അടുത്തലക്ഷ്യം ഡൽഹി സിംഹാസനമായിരുന്നു. 1539 ൽ മുഗൾ സേനയും ഷേർഖാന്റെ അഫ്ഗാൻ പടയും ബക്സറിനടുത്ത ചൗസയിൽ ഏറ്റുമുട്ടാൻ നിശ്ചയിച്ചു. സ്വന്തം സഹോദരന്മാരുടെ ശത്രുതയും പീരങ്കിപ്പടയുടെ തകരാറും പരിഗണിച്ച് ഹുമയൂൺ ഷേറുമായി തന്ത്രപരമായ ഒരു സന്ധിക്കു തയാറായി. തുടക്കത്തിൽ സന്ധി അംഗീകരിച്ച ഷേർഖാൻ വൈകാതെ അതിൽനിന്ന് ഏകപക്ഷീയമായി പിന്മാറി. മുഗൾ താവളത്തിൽ അദ്ദേഹം മിന്നലാക്രമണം നടത്തി. ഇരുട്ടിന്റെ മറവിൽ നടത്തിയ ആ ആക്രമണത്തിൽ ഉറക്കത്തിലാണ്ട നിരായുധരായ മുഗൾ പടയാളികൾ കൂട്ടക്കൊലയ്ക്കിരയായി. ഒട്ടേറെപ്പേർ ഗംഗയിൽ മുങ്ങിമരിച്ചു. നിർഭാഗ്യവാനായ അവരുടെ ചക്രവർത്തിയാകട്ടെ അന്തം വിട്ട് ഗംഗയിലേക്ക് എടുത്തുചാടി. ഒരു ഗുരുവിന്റെ സഹായത്താൽ നദി നീന്തിക്കടന്ന ഹുമയൂൺ കഷ്ടിച്ച് രക്ഷപ്പെട്ടു.

1540 ൽ കനൗജിൽ നടന്ന യുദ്ധത്തിൽ ഒരിക്കൽക്കൂടി ഹുമയൂണിനെ തോൽപ്പിച്ച് ഷേർഖാൻ ഡൽഹി പിടിച്ചടക്കി. അതോടെ ഹുമയൂൺ അഭയാർഥിയുമായി

കേവലം അഞ്ചു വർഷമേ ഷേർഷാക്ക് ഭരണം നടത്താൻ കഴിഞ്ഞുള്ളൂ. 1545 ൽ കലിഞ്ജർകോട്ട രജപുത്രരിൽനിന്ന് പിടിച്ചെടുക്കാനുള്ള ശ്രമത്തിനിടെ വെടിമരുന്ന് പൊട്ടിത്തെറിച്ച് അദ്ദേഹം അന്തരിച്ചു.

ഒരു ഭരണാധികാരിക്കുവേണ്ട എല്ലാ യോഗ്യതയും ഒത്തിണങ്ങിയ വ്യക്തിയായിരുന്നു ഷേർഷാ. അദ്ദേഹത്തിന്റെ ദീർഘദർശിത്വം നിറഞ്ഞ പരിഷ്കാരങ്ങളാണ് അക്ബർക്കും പ്രചോദനമായത്. റുപിയ എന്ന നാണയം, ഗ്രാന്റ് ട്രങ്ക് റോഡ് തുടങ്ങിയവ ഷേർഷായുടെ സംഭാവനകളാണ്. ഇന്ത്യൻ തപാൽ സമ്പ്രദായത്തിന്റെ ജനയിതാവ് എന്നും ഷേർഷായെ വിശേഷിപ്പിക്കാറുണ്ട്.

14

ഭയങ്കരനായ ഐവാൻ!

ഐവാൻ

പരുക്കനായ ഒരു ഭരണാധികാരിയുടെ കഥയാണ് പറയാൻ പോകുന്നത്. പേര് ഐവാൻ നാലാമൻ. റഷ്യയുടെ ഭരണാധികാരിയായിരുന്നു ഐവാൻ. കിഴക്കൻ യൂറോപ്പിലും വടക്കൻ ഏഷ്യയിലുമായി വ്യാപിച്ചു കിടക്കുന്ന റഷ്യയ്ക്ക് ആ പേരുവന്നതിനെപ്പറ്റി കൂടി അറിയേണ്ടേ?

സ്ലാവുവർഗക്കാരായിരുന്നു റഷ്യയിലെ ആദിമ നിവാസികൾ. എ ഡി 865 ൽ റൂറിക് എന്ന നേതാവിന്റെ കീഴിൽ വടക്കുനിന്നുള്ള ഒരു വർഗക്കാർ റഷ്യ ആക്രമിച്ചു. നൊവോഗോറോഡ് ആസ്ഥാനമാക്കി റൂറിക് സ്ലാവുകൾക്കു മേൽ ഭരണം സ്ഥാപിച്ചു. സ്ലാവുകൾ തങ്ങളുടെ നേതാക്കളെ കടൽക്കൊള്ളക്കാർ എന്നർഥമുള്ള 'റൂസ്സി' എന്നാണ് വിളിച്ചത്. റൂസ്സിയിൽനിന്നാണത്രേ റഷ്യ എന്ന പേരുണ്ടായത്.

13, 14 നൂറ്റാണ്ടുകളിൽ റഷ്യ മംഗോളിയൻ ആക്രമണത്തിനും ഭരണത്തിനും വിധേയമായി. 15–ാം നൂറ്റാണ്ടിൽ ഐവാൻ മൂന്നാമൻ മംഗോളിയരെ പരാജയപ്പെടുത്തി. അദ്ദേഹത്തിന്റെ പിൻഗാമികളിൽ പ്രമുഖനാണ്

ഐവാൻ നാലാമൻ.

1530 ൽ ജനിച്ച ഐവാൻ നാലാമൻ 1547 ൽ ഭരണത്തിലെത്തി. വലിയ എതിർപ്പുകളും കലാപങ്ങളുമാണ് അദ്ദേഹത്തെ എതിരേറ്റത്. എന്നാൽ ഉരുക്കുമുഷ്ടിയോടെ എതിർപ്പുകളെയെല്ലാം തുടച്ചുനീക്കി ഐവാൻ റഷ്യയിൽ ഏകാധിപത്യം സ്ഥാപിച്ചു.

റഷ്യയെ നവീകരിച്ച് വലിയ രാഷ്ട്രമാക്കുകയായിരുന്നു ഐവാന്റെ ലക്ഷ്യം. വോൾഗാതടം കീഴടക്കി വോൾഗയെ റഷ്യൻ നദിയാക്കിയത് അദ്ദേഹമാണ്. 'ബോയറുകൾ' എന്നറിയപ്പെട്ട റഷ്യൻ പ്രഭുവർഗത്തിന്റെ അധികാരങ്ങൾ ഐവാൻ തകർത്തു. 'സാർ' (Tsar) എന്ന പദവി സ്വീകരിച്ച ആദ്യ റഷ്യൻ ഭരണാധികാരിയാണ് അദ്ദേഹം. പശ്ചിമ യൂറോപ്പുമായി വാണിജ്യ-സാംസ്കാരിക ബന്ധം സ്ഥാപിക്കാനും അദ്ദേഹം ശ്രമിച്ചു. എന്നാൽ ഐവാന്റെ ലക്ഷ്യം ഫലവത്തായില്ല.

1584 മാർച്ച് 18 ന് മോസ്കോയിൽ അന്തരിച്ച ഇദ്ദേഹം അറിയപ്പെടുന്നത് 'ഭയങ്കരനായ ഐവാൻ' (Ivan the Terrible) എന്നാണ്. ക്രോധാവേശത്താൽ സ്വന്തം പുത്രനെ വധിച്ച ആളാണ് ഇദ്ദേഹം.

റൂറ്റിക് സ്ഥാപിച്ച രാജവംശത്തിന് 1613 ൽ അന്ത്യമായി. ആ വർഷം മോസ്കോയിൽ കൂടിയ പ്രമുഖവ്യക്തികളുടെ കൂട്ടായ്മ പഴയ രാജവംശവുമായി ഏറ്റവുമടുത്ത രക്തബന്ധം പുലർത്തിയിരുന്ന മൈക്കേൽ റോമനോവ് എന്ന വ്യക്തിയെ 'സാർ' ആയി അവരോധിച്ചു. 1917 ൽ റഷ്യൻ വിപ്ലവംവരെ റോമനോവ് വംശത്തിന്റെ ഭരണം നീണ്ടു. വിപ്ലവകാലത്ത് 1918 ജൂലായിൽ സർ നിക്കോളാസ് രണ്ടാമനും കുടുംബവും വധിക്കപ്പെട്ടതോടെ റോമനോവ് വംശം ഇല്ലാതായി.

15

സിംഹാസനം കാത്തു; ചക്രവർത്തിയുടെ അപരനായി

അക്ബർ

ആയിരത്തി അഞ്ഞൂറ്റിനാൽപ്പതിലാണ് സൂർ വംശജനായ ഷേർഷാ ഹുമയൂണിൽനിന്ന് മുഗൾ സാമ്രാജ്യം കൈക്കലാക്കുന്നത്. എന്നാൽ ഷേർഷായുടെ പിൻഗാമിയെ തോൽപ്പിച്ച് 1555 ജൂലൈ 23ന് ഹുമയൂൺ സിംഹാസനം വീണ്ടെടുത്തു. ഏതാനും മാസങ്ങൾക്കു ശേഷം 1556 ജനുവരി 27ന് ഒരു വീഴ്ചയെത്തുടർന്ന് ഹുമയൂൺ അന്തരിച്ചു.

ഹുമയൂൺ മരിക്കുമ്പോൾ സാമ്രാജ്യത്തിന്റെ നിലനിൽപ്പ് അതീവ അരക്ഷിതത്വത്തിലായിരുന്നു. ഷേർഷായുടെ പിന്തുടർച്ചക്കാരായ ഒന്നിലേറെ പേർ കിരീടാവകാശം ഉന്നയിച്ചിരുന്നു. മാത്രമല്ല ഹുമയൂണിന്റെ പിൻഗാമിയായ അക്ബർക്ക് അന്നു കേവലം 13 വയസ്സ്. അക്ബറാകട്ടെ അപ്പോൾ പഞ്ചാബിൽ സിക്കന്തർ സൂറിനെതിരെ പടനയിക്കുകയുമായിരുന്നു. ഡൽഹിയിൽ എത്തിച്ചേരണമെങ്കിൽ തന്നെ ദിവസങ്ങൾ പിടിക്കും. ചക്രവർത്തിയുടെ മരണവാർത്ത പുറത്തുവന്നാൽ കാര്യങ്ങൾ കൈവിട്ടുപോകുന്ന അവസ്ഥ. ഉത്തരവാദപ്പെട്ടവർ തന്ത്രപര

മായി നീക്കം ആരംഭിച്ചു. ഇക്കാലത്ത് മുഗൾ കൊട്ടാരത്തിലുണ്ടായിരുന്ന ടർക്കി അഡ്മിറൽ സിദി അലി റെയ്സിന്റെ സാന്നിധ്യം കാര്യങ്ങൾക്കു വേഗത പകർന്നു.

നാടകീയമായ കാര്യങ്ങളാണ് പിന്നീടുണ്ടായത്. ചക്രവർത്തിയുടെ വിയോഗം രഹസ്യമായി സൂക്ഷിച്ചു. ഹുമയൂൺ സുഖം പ്രാപിച്ചുവരുന്നു എന്ന വ്യാജവാർത്ത പ്രചരിപ്പിച്ചു. ഹുമയൂണിന്റെ രൂപസാദൃശ്യമുള്ള ഒരു മുല്ല അക്കാലത്ത് കൊട്ടാരത്തിലുണ്ടായിരുന്നു. പേര് ബകാസി. ഒറ്റ നോട്ടത്തിൽ അദ്ദേഹം ചക്രവർത്തിയെ ഓർമിപ്പിച്ചു. ഹുമയൂണിന്റെ വേഷവിധാനങ്ങൾ മുല്ലയെ അണിയിച്ചു. ഈ ദിവസങ്ങളിൽ മുല്ല രാജകീയ വസ്ത്രം ധരിച്ച് കൊട്ടാരത്തിന്റെ മട്ടുപ്പാവിൽ 'ഹുമയൂണാ'യി പ്രത്യക്ഷപ്പെട്ടുകൊണ്ടിരുന്നു.

1556 ഫെബ്രുവരി 11. അന്നു രഹസ്യങ്ങളുടെ നിലവറ തുറന്നു. ഹുമയൂണിന്റെ മരണം പുറത്തറിയിച്ചു. പുത്രനായ അക്ബർ മുഗൾ ചക്രവർത്തിയായി പ്രഖ്യാപിക്കപ്പെട്ടു.

ഫെബ്രുവരി 14 ന് ഉച്ചയ്ക്ക് പഞ്ചാബിലെ കലാനൗറിലെ ഒരു പൂന്തോട്ടത്തിൽ ബൈറാംഖാന്റെ നേതൃത്വത്തിൽ അക്ബറുടെ സ്ഥാനാരോഹണം നടന്നു. ഇഷ്ടിക കൊണ്ട് തിരക്കിട്ട് നിർമിച്ച ഒരു സിംഹാസനമാണ് ഇതിന് ഉപയോഗിച്ചത്.

രണ്ടാം പാനിപ്പത്ത് യുദ്ധത്തിൽ ഹെമുവിനെ തോൽപ്പിച്ച് 1556 നവംബർ ആറിന് അക്ബർ ഡൽഹിയിൽ പ്രവേശിച്ചു. ചക്രവർത്തിയായുള്ള ആദ്യ വരവ്. തുടർന്ന് ആഗ്രയും വീണ്ടെടുത്തു.

16

സംരക്ഷകന്റെ അന്ത്യം

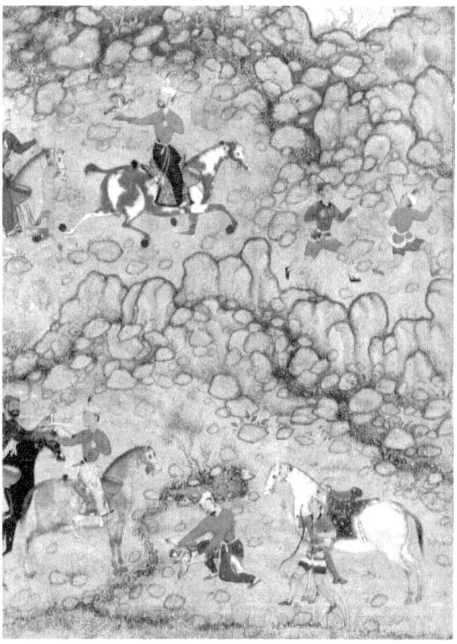

ബൈറാംഖാനും അക്ബറും ഒരു പെയിന്റിംഗ്

മുഗൾ ചക്രവർത്തിയായ ഹുമയൂണിന് അധികാരം നഷ്ടപ്പെടുന്ന കാലത്താണ് ബൈറാംഖാൻ എന്ന യോദ്ധാവ് അദ്ദേഹത്തോടൊപ്പം ചേർന്നത്. പിൽക്കാലത്ത് നഷ്ടപ്പെട്ട അധികാരം വീണ്ടെടുക്കുന്നതിൽ ഹുമയൂണിനു തുണയായത് ബൈറാം സ്വീകരിച്ച തന്ത്രപരമായ നീക്കങ്ങളായിരുന്നു.

1556 ൽ ഹുമയൂണിന്റെ അകാല മരണത്തെത്തുടർന്ന് 13-ാം വയസിൽ അക്ബറെ കിരീടധാരണം നടത്തിയത് ബൈറാമിന്റെ രക്ഷകർതൃത്വത്തിലായിരുന്നു. അധികാരമേൽക്കുമ്പോൾ നിയതമായ ഒരു പ്രദേശവും അക്ബറുടെ നിയന്ത്രണത്തിലുണ്ടായിരുന്നില്ല. മാത്രമല്ല അക്ബറുടെ അധികാരത്തെ വെല്ലുവിളിക്കാൻ ഒന്നിലേറെപ്പേരും ഉണ്ടായിരുന്നു. ഏറ്റവും കടുത്ത വെല്ലുവിളി ഉയർത്തിയത് ഷേർഷ

യുടെ പിൻഗാമികളിലൊരാളായ അഡിൽഷായുടെ സൈന്യാധിപൻ ഹെമുവായിരുന്നു. ഹെമുവിനെ തോൽപ്പിച്ച് ഡൽഹിയും ആഗ്രയും വീണ്ടെടുത്ത് അക്ബറുടെ നില സുരക്ഷിതമാക്കിയതും ബൈറാംഖാനാണ്.

'സംരക്ഷകൻ' എന്ന പദവി നേടിയ ബൈറാമിന്റെ നിയന്ത്രണം ക്രമേണ അക്ബർക്ക് അനിഷ്ടം ഉണ്ടാക്കി. അനിയന്ത്രിത അധികാരം ഒഴിവാക്കാൻ കൊട്ടാരത്തിലെ പ്രധാനികളും വനിതകളും ചക്രവർത്തിയെ നിർബന്ധിച്ചുകൊണ്ടിരുന്നു.

1560 ൽ 17 വയസു തികഞ്ഞ അക്ബർ 'സംരക്ഷകന്റെ' സേവനം അവസാനിപ്പിച്ചു. മെക്കയിലേക്ക് പോവാൻ ബൈറാമിനോട് നിർദേശിച്ചു. തുടക്കത്തിൽ അക്ബറുടെ നിർദേശം സ്വീകരിക്കാൻ ബൈറാം തയാറായി. എന്നാൽ വേഗത്തിൽ തന്നെ രാജ്യത്തുനിന്ന് കെട്ടുകെട്ടിക്കാൻ ചിലർ ഒരുമ്പെട്ടത് ആ യോദ്ധാവിനെ കുപിതനാക്കി. ബൈറാമിനെ നശിപ്പിച്ചേ അടങ്ങൂ എന്ന വാശിയിലായിരുന്നു ചിലർ. ഇത്തരക്കാരെ തകർത്ത ശേഷമേ താൻ രാജ്യം വിടുകയുള്ളൂവെന്ന് പറഞ്ഞ് ബൈറാം കലാപമുയർത്തി. ഒടുവിൽ മുൻ സംരക്ഷകനെ നേരിടാൻ ചക്രവർത്തി നേരിട്ട് യുദ്ധം നയിക്കേണ്ട അവസ്ഥയെത്തി. അതൊഴിവാക്കാനായി ബൈറാം അക്ബർക്ക് സമാധാന സന്ദേശം അയച്ചു. ഇരുവരും കൂടിക്കണ്ടു.

അക്ബർ സ്നേഹബഹുമാനങ്ങളോടെയാണ് മുൻ സംരക്ഷകനെ സ്വീകരിച്ചത്. പൂർണ മനസോടെ താൻ മെക്കയിലേക്കു പോവുകയാണെന്ന് ബൈറാം ചക്രവർത്തിയെ അറിയിച്ചു. കുടുംബത്തോടൊപ്പം യാത്ര പുറപ്പെട്ട ബൈറാം വഴിമധ്യേ ഗുജറാത്തിലെ പതാനിൽ എത്തി. അവിടുത്തെ പൂന്തോട്ടങ്ങളും തോടുകളും അദ്ദേഹത്തെ ആകർഷിച്ചു. ഈ സന്ദർശനത്തിനിടെ ബൈറാം ഖാൻ ആക്രമിക്കപ്പെട്ടു. മുഖാരക്ഖാൻ എന്ന അഫ്ഗാനി അദ്ദേഹത്തെ കുത്തിവീഴ്ത്തി. മുമ്പുനടന്ന ഒരു യുദ്ധത്തിൽ ബൈറാം മുഖാരകിന്റെ പിതാവിനെ കൊലപ്പെടുത്തിയത്രേ. ബൈറാമിന്റെ നാലുവയസുകാരനായ പുത്രനും പത്നിയുമുൾപ്പെട്ട കുടുംബം കഷ്ടിച്ചാണ് അക്രമികളിൽനിന്ന് രക്ഷപ്പെട്ടത്. 1560 ജനുവരി 31 നായിരുന്നു ബൈറാമിന്റെ വധം.

കൊലപ്പെടുമ്പോൾ ബൈറാമിന് 37 വയസ്സ്. അദ്ദേഹത്തിന്റെ പുത്രൻ അബ്ദു റഹിം അക്ബറുടെ സംരക്ഷണയിൽ വളർന്നു. പിൽക്കാലത്ത് റഹിം പിതാവിനെപ്പോലെ ഉന്നത പദവികളിലെത്തി. തന്റെ മച്ചുനത്തികൂടിയായിരുന്ന ബൈറാമിന്റെ വിധവയെ ചക്രവർത്തി വിവാഹം ചെയ്തു.

അക്ബർ ബൈറാമിനെ സംബോധന ചെയ്തത് 'ഖാൻബാബ' (പിതാവായ ഖാൻ) എന്നായിരുന്നു. ബൈറാമിന്റെ വധത്തിൽ അക്ബർക്കു പങ്കുള്ളതായി ഒറ്റപ്പെട്ട അഭിപ്രായങ്ങൾ ഉയർന്നിരുന്നു. എന്നാൽ അതിൽ തീർത്തും കഴമ്പില്ലെന്നാണ് ഭൂരിപക്ഷം ചരിത്രകാരന്മാരും പറയുന്നത്.

17

ബീർബലിന്റെ രക്ഷപ്പെടൽ

ബീർബൽ

അലക്സാണ്ടർ അരിസ്റ്റോട്ടിലിനോട് പുലർത്തിയ ബന്ധമായിരുന്നു അക്ബർക്ക് ബീർബലിനോട് ഉണ്ടായിരുന്നത്. അക്ബറുടെ ഏറ്റവും അടുത്ത മിത്രങ്ങളിൽ ഒരാൾ. അന്തഃപുരത്തിത്തിൽപോലും ബീർബലിന് ഏതു സമയത്തും ചക്രവർത്തിയെ കാണാനുള്ള സ്വാതന്ത്ര്യമുണ്ടായിരുന്നു.

'മഹേഷ്ദാസ്' എന്നാണ് ബീർബലിന്റെ ശരിയായ പേര്. ഉത്തർപ്രദേശിലെ കൽപ്പിയിൽ ഒരു നിർധന ബ്രാഹ്മണ കുടുംബത്തിൽ 1528–ൽ ജനനം. അക്ബറിനേക്കാൾ 14 വയസിനു മൂപ്പ്. രാജാഭഗവൻദാസിന്റെ അംബറിലെ കൊട്ടാരത്തിൽ സേവകനായിരുന്നു. ദാസാണ് 1556 ൽ മഹേഷ്ദാസിനെ മുഗൾ കൊട്ടാരത്തിലേക്ക് നിയോഗിച്ചത്.

സകലകലാവല്ലഭനായിരുന്ന ബീർബലിന്റെ വ്യക്തിത്വം അക്ബറെ പെട്ടെന്നുതന്നെ ആകർഷിച്ചു. സംഗീതജ്ഞൻ, കഥപറച്ചിലുകാരൻ, കവി, താർക്കികൻ, ഉയർന്ന നർമബോധത്തിനുടമ, എന്നീ നിലകളിൽ മഹേ

ഷ്ദാസ് തിളങ്ങി. വൈകാതെ ചക്രവർത്തി അദ്ദേഹത്തിനു 'കബിറായ്', 'രാജകവി' എന്നീ ബഹുമതികൾ നൽകി.

മുഗൾ കൊട്ടാരത്തിൽ പ്രത്യേക ഉദ്യോഗമൊന്നും മഹേഷ് ദാസിന് ഉണ്ടായിരുന്നില്ല. ചിലപ്പോൾ 'മന്ത്രി'യും മറ്റു ചിലപ്പോൾ അദ്ദേഹം പ്രധാനമന്ത്രിയുമായി. ഇടയ്ക്കൊക്കെ പ്രത്യേക ദൗത്യങ്ങൾ ചക്രവർത്തി, ദാസിനെ ഏൽപ്പിച്ചു. കലിഞ്ജറിലെ 'ജാഗിർ' പദവി ലഭിച്ചതോടെ അദ്ദേഹം 'രാജാബീർബൽ' ആയി. രസികത്തരം കൊണ്ട് ബീർബൽ എല്ലാവരുടെയും മിത്രമായി മാറി.

1584 ൽ ഫത്തേപൂർസിക്രിയിൽ ആനകളുടെ വീറുറ്റ പോരാട്ടം നടക്കുന്ന വേള. ചക്രവർത്തിയടക്കം വൻജനക്കൂട്ടം ആനപ്പോരു വീക്ഷിച്ചുകൊണ്ടിരുന്നു. ദൽചച്ചാർ എന്ന ഗജവീരനായിരുന്നു – അക്രമപ്രവൃത്തികളുടെ പേരിൽ കുപ്രസിദ്ധി നേടിയിരുന്നു ഈ ആന – പോരിൽ പ്രമുഖൻ. അതിനിടെ എങ്ങനെയോ ബീർബൽ ഈ ഗജവീരന്റെ മുമ്പിൽ അകപ്പെട്ടു. ഒരു മനുഷ്യനെ മുന്നിൽ കിട്ടിയതോടെ ആന കൊമ്പു കോർക്കാനൊരുങ്ങി. ബീർബലിനു നേരെ അത് പാഞ്ഞടുത്തു. ഒരു നിമിഷം. കാഴ്ച കണ്ടുകൊണ്ടിരുന്ന അക്ബർ പൊടുന്നനെ തന്നെ കുതിരപ്പുറത്തേറി മിന്നൽവേഗത്തിൽ ആനയുടെ തൊട്ടടുത്തെത്തി. ക്രുദ്ധനായ ആനയ്ക്കും ബീർബലിനും ഇടയിൽ ചക്രവർത്തി. കാണികൾ എന്തു ചെയ്യണമെന്നറിയാതെ പകച്ചുനിൽക്കവേ അസാധാരണ ധീരതയോടെ അക്ബർ തന്റെ ഉറ്റമിത്രത്തെ ആപത്തിൽനിന്ന് രക്ഷിച്ചു.

1585. കലാപകാരികളുടെ ഗോത്രവർഗക്കാർ കൈയേറിയ കൈബർ ചുരം ഒഴിപ്പിക്കാൻ അക്ബർ തീരുമാനിച്ചു. സെയിൻഖാൻ തോക എന്ന സേനാധിപനെ ഇതിനായി നിയോഗിച്ചു. ഈ പടയോട്ടത്തിൽ പങ്കെടുക്കാൻ അബുൾഫസലും ബീർബലും ആഗ്രഹിച്ചു. ചക്രവർത്തി ഇരുവരുടെയും പേരുകൾ നറുക്കിട്ടു. നറുക്കുവീണ ബീർബർ യുദ്ധരംഗത്തേക്ക് പുറപ്പെട്ടു. ആ യുദ്ധം ചക്രവർത്തിക്കു വലിയ പരാജയമായി. 1586 ഫെബ്രുവരിയോടെ 8000 പേർ കൊല്ലപ്പെട്ടു. ബീർബലും അതിൽ ഉൾപ്പെട്ടു. കൊല്ലപ്പെട്ടവരിൽ ഏറെപ്പേരുടെ ജഡങ്ങൾപോലും കണ്ടെത്താനായില്ല. ചക്രവർത്തിയുടെ ഉറ്റമിത്രത്തിനു ശവസംസ്കാരം പോലും ലഭിച്ചില്ല.

ബീർബലിന്റെ മരണം അക്ബറെ അസ്തപ്രജ്ഞനാക്കി. ഏകാന്തതയിൽ കഴിഞ്ഞ അദ്ദേഹം രണ്ടുദിവസം ഭക്ഷണം പോലും കഴിച്ചില്ല. സൂര്യാരാധനയിൽ വിശ്വസിച്ചിരുന്നു ബീർബൽ. അത് പരിഗണിച്ച് അക്ബർ ഇങ്ങനെ പറഞ്ഞു. "മഹത്തായ സൂര്യ തേജസ് മതി ആ ഭൗതിക ശരീരത്തെ പരിശുദ്ധമാക്കാൻ. അഗ്നിയുടെ ആവശ്യമില്ല."

അക്ബറും ബീർബലും കഥാപാത്രങ്ങളായ രസികൻ കഥകൾ ഇന്നു ലോകമെമ്പാടും പ്രചാരത്തിലുണ്ട്.

18

ഒരു ശിരസും ഒളിവർ ക്രോംവെല്ലും

ഒളിവർ ക്രോംവെൽ

മരിച്ച് മൂന്ന് നൂറ്റാണ്ടിനുശേഷം ശിരസ്സ് സംസ്കരിക്കപ്പെടുക. ചരിത്രത്തിൽ അങ്ങനെയും ഒരു സംഭവമുണ്ട്. ഒളിവർ ക്രോംവെൽ എന്ന ഭരണാധികാരിക്ക് സംഭവിച്ചത് അതാണ്.

1599 ൽ ഒരു സാധാരണ കുടുംബത്തിലാണ് ക്രോംവെൽ ജനിച്ചത്. 1628 ൽ അദ്ദേഹം ബ്രിട്ടീഷ് പാർലമെന്റിൽ അംഗമായി. ചാൾസ് ഒന്നാമൻ രാജാവും പാർലമെന്റും തമ്മിലുള്ള പോരാട്ടം രൂക്ഷമായ കാലം. പാർലമെന്റിന്റെ ഭാഗത്തെ ശക്തനായ ജനറലായി ക്രോംവെൽ മാറി. 1649 ൽ ചാൾസ് രാജാവിനെ ശിരഃഛേദം ചെയ്യാനുള്ള മരണവാറന്റിന്റെ പ്രധാന ശിൽപ്പിയും അദ്ദേഹമായിരുന്നു.

ചാൾസിന്റെ വധത്തോടെ ബ്രിട്ടനിലെ രാജവാഴ്ച തൽക്കാലത്തേക്കെങ്കിലും അവസാനിച്ചു. 1653 മുതൽ മരണം വരെ 'ലോർഡ് പ്രൊട്ടക്ടർ' എന്ന പദവിയിൽ ക്രോംവെൽ അവരോധിക്കപ്പെട്ടു. ബ്രിട്ടന്റെ യഥാർഥ ഭരണാധികാരിയായി അദ്ദേഹം മാറി.

'പ്രൊട്ടക്ടർ' പദവിയിലിരുന്നു ക്രോംവെൽ ഒട്ടേറെ യുദ്ധങ്ങൾ നയി

ച്ചു. അയർലന്റിനെതിരെ നടത്തിയ യുദ്ധം നിഷ്ഠൂരമായിരുന്നു. നിരായുധരായ ആയിരക്കണക്കിന് ഐറിഷുകാരെയാണ് പട്ടാളക്കാർ കൊന്നൊടുക്കിയത്.

പാർലമെന്റിനെ തന്റെ വിരൽത്തുമ്പിൽ നിർത്താൻ ക്രോംവെല്ലിന് കഴിഞ്ഞു. തന്റെ ഇംഗിതത്തിനെതിരെ പ്രവർത്തിക്കാൻ തുനിഞ്ഞ എംപിമാരെ പാർലമെന്റ് മന്ദിരത്തിൽനിന്ന് അടിച്ചോടിക്കുകപോലും ചെയ്തു അദ്ദേഹം.

ബ്രിട്ടീഷ് ചക്രവർത്തിമാർ ഒപ്പിടുന്ന അതേ മട്ടിലാണ് ക്രോംവെല്ലും തന്റെ കൈയൊപ്പ് പതിച്ചിരുന്നത്. എന്നാൽ കിരീടം ധരിക്കണമെന്ന പാർലമെന്റിന്റെ അപേക്ഷ അദ്ദേഹം സ്വീകരിച്ചതുമില്ല. അങ്ങനെ സൂര്യനസ്തമിക്കാത്ത ബ്രിട്ടീഷ് സാമ്രാജ്യത്തിന്റെ കിരീടം വെക്കാത്ത ചക്രവർത്തിയായിത്തീർന്നു ക്രോംവെൽ. ഒരുലക്ഷം പൗണ്ട് ആയിരുന്നുവത്രേ അദ്ദേഹത്തിന്റെ വാർഷിക ശമ്പളം.

1658 ൽ ക്രോംവെല്ലിന് മലേറിയ ബാധിച്ചു. ചികിത്സയിലെ പിഴവ് ആരോഗ്യം തകർത്തു. അതേ വർഷം സെപ്തംബർ മൂന്നിന് അദ്ദേഹം അന്തരിച്ചു. ബ്രിട്ടീഷ് ചക്രവർത്തിമാരെ അടക്കുന്ന വെസ്റ്റ് മിനിസ്റ്റർ ആബിയിലാണ് ക്രോംവെല്ലിനെയും സംസ്കരിച്ചത്. മകൻ റിച്ചാർഡ് 'പ്രൊട്ടക്ടർ' ആയെങ്കിലും കാര്യശേഷിയില്ലാത്തതിനാൽ 1659 ൽ രാജി വെക്കേണ്ടിവന്നു.

1660 ൽ ബ്രിട്ടനിൽ രാജവാഴ്ച പുനഃസ്ഥാപിച്ചു. അടുത്തവർഷം ക്രോംവെല്ലിന്റെ ശവക്കുഴിതോണ്ടി ജഡം പുറത്തെടുത്ത് മരണാനന്തര വധശിക്ഷ നടപ്പാക്കി. ജഡം ചങ്ങലയിൽ തൂക്കിയിട്ടു. ശിരസ്സ് വെട്ടിയെടുത്ത ശേഷം കബന്ധം ഒരു കുഴിയിലേക്കെറിഞ്ഞു. തല ഒരു കമ്പിന്മേൽ കുത്തി 1685 വരെ പ്രദർശിപ്പിച്ചു. ആ ശിരസ്സ് പിന്നീട് പല കൈകൾ മറിഞ്ഞു. ഒടുവിൽ 1814 ൽ ശിരസ്സ് ഒരാൾ വിലയ്ക്കുവാങ്ങി. മരിച്ച് മൂന്ന് നൂറ്റാണ്ടുകൾക്കുശേഷം 1960 ലാണ് ശിരസ്സ് സംസ്കരിച്ചത്.

19

റാണാ പ്രതാപിന്റെ പോർവീര്യം

റാണാ പ്രതാപ്

മേവാറിലെ രജപുത്ര രാജാക്കന്മാരും മുഗളരും തമ്മിൽ നടന്ന യുദ്ധങ്ങൾ ചരിത്രത്തിലെ ധീരോദാത്തമായ ഏടുകളാണ്. 1527 മാർച്ച് 16ന് ആഗ്രയ്ക്ക് സമീപം ഖാൻവയിൽ ബാബർ മേവാറിലെ റാണാ സംഗ്രാമസിംഹന്റെ നേതൃത്വത്തിലുള്ള മഹാസഖ്യത്തിനുമേൽ വിജയം നേടിയത് തലനാരിഴയ്ക്കാണ്. പിൻവാങ്ങേണ്ടിവന്നുവെങ്കിലും യുദ്ധത്തിനായി കാത്തുകഴിഞ്ഞ റാണായെ അദ്ദേഹത്തിന്റെ വിശ്വസ്തർ വിഷംകൊടുത്തു കൊല്ലുകയായിരുന്നു. നൂറോളം യുദ്ധങ്ങളിലെ നായകനായിരുന്നു റാണാ സംഗ്രാമസിംഹൻ.

റാണാ സംഗ്രാമസിംഹന്റെ പുത്രൻ ഉദയ്സിംഹന്റെ കാലത്ത് അക്ബർ മേവാറിന്റെ പലഭാഗങ്ങളും കീഴ്പ്പെടുത്തി. പിതാവിന്റെയത്രയും വീര്യം പുലർത്തിയില്ലെങ്കിലും മുഗളർക്കു മുന്നിൽ മുട്ടുമടക്കാൻ ഉദയ് തയാറായില്ല. അക്കാലത്ത് അംബർ ഉൾപ്പെടെയുള്ള രജപുത്രരാജ്യങ്ങൾ അക്ബറുടെ മേൽക്കോയ്മ സ്വീകരിച്ചിരുന്നു. മാത്രമല്ല രജപുത്രരാജകുമാരിമാരെ മുഗൾ ചക്രവർത്തിക്കു വിവാഹം ചെയ്തുകൊടുക്കുന്ന കാലം കൂടിയായിരുന്നു അത്.

1567 ൽ അക്ബർ മേവാറിന്റെ ആസ്ഥാനമായ ചിത്തോർ ആക്രമിച്ചു. രജപുത്രവീര്യത്തിന്റെ പ്രതീകംകൂടിയായിരുന്നു ചിത്തോർ കോട്ട.

കൊടുംയുദ്ധത്തിനിടെ റാണാ ഉദയ്സിംഹൻ ചിത്തോറിനെ അതിന്റെ വിധിക്കുവിട്ട് മലനിരകളിലേക്കു പിൻവാങ്ങി. ജയ്മൽ തുടങ്ങിയ പോരാളികൾ കോട്ടയെ പ്രതിരോധിച്ചു. നാലുമാസത്തെ ചെറുത്തുനിൽപ്പിനു ശേഷം പ്രതിരോധം തകർന്നു. രജപുത്രർ ഒന്നൊഴിയാതെ വീരമൃത്യു വരിച്ചു. 30,000 പേർ ആ യുദ്ധത്തിൽ കൊല്ലപ്പെട്ടു. അക്ബർ പങ്കാളിയായ ആദ്യത്തെയും അവസാനത്തെയും കൂട്ടക്കൊലയായിരുന്നു അത്.

എന്നിട്ടും മേവാർ വഴങ്ങാൻ കൂട്ടാക്കിയില്ല. 1572 ൽ ഉദയ്സിംഹൻ അന്തരിച്ചു. പുത്രനായ റാണാ പ്രതാപ് സിംഹൻ അധികാരമേറ്റതോടെ മറ്റൊരു ഇതിഹാസ യുദ്ധത്തിനു തുടക്കമായി.

അക്ബറുടെ മേൽക്കോയ്മ സ്വീകരിക്കാൻ റാണാ പ്രതാപ് വിസമ്മതിച്ചു. ആധിപത്യം അംഗീകരിപ്പിക്കാനായി അക്ബർ സൗഹൃദപൂർവം ഒന്നിലേറെ പ്രതിനിധിസംഘങ്ങളെ അയച്ചു. എന്നാൽ റാണപ്രതാപ് തെരഞ്ഞെടുത്തത് യുദ്ധമാണ്. അക്കാലത്ത് ഭൂമുഖത്തെ ഏറ്റവും വലിയ സാമ്രാജ്യശക്തിയായിരുന്നു മുഗളന്മാർ. പക്ഷേ അതൊന്നും റാണയെ പിന്തിരിപ്പിച്ചില്ല. വിഭവശേഷി പോകട്ടെ, സ്വന്തമായി ആസ്ഥാനം കൂടി മേവാറിലെ റാണയ്ക്കുണ്ടായിരുന്നില്ല.

1567 ജൂൺ 18. ഹാൽഡിഘട്ടിലെ മലനിരകളിൽ ആ യുദ്ധം ആരംഭിച്ചു. മുഗൾ സേനയെ നയിച്ചത് രാജാമാൻസിങ്ങും ആസഫ്ഖാനും. റാണയ്ക്കൊപ്പം അഫ്ഗാൻ വംശജനായ ഫക്കീംഖാൻസൂറും രജപുത്ര സേനയ്ക്ക് നേതൃത്വം നൽകി. 'ചേതക്' എന്ന കുതിരപ്പുറത്തായിരുന്നു റാണ. ആനപ്പുറത്തേറി യുദ്ധം നയിച്ച മാൻസിങ്ങിനു നേർക്ക് 'ചേതക്' ഒരു കടുവയെപ്പോലെ കുതിച്ചുയർന്നു. റാണ ശത്രുവിനുനേർക്ക് കുന്തം എറിഞ്ഞുവെങ്കിലും മഞ്ചത്തിലിരുന്ന മാൻസിങ് വഴുതിമാറി രക്ഷപ്പെട്ടു.

നിർണായക യുദ്ധമാണ് പിന്നീട് നടന്നത്. റാണ ശത്രുക്കളാൽ വളയപ്പെട്ടു. ബേദിസദ്രിയിലെ വിശ്വസ്തനായ ഒരു ഗോത്രമുഖ്യൻ അവസരത്തിനൊത്തുയർന്നു. 'ജിലബിഡ' എന്നായിരുന്നു അദ്ദേഹത്തിന്റെ പേര്. രാജകീയമായ കുട തന്റെ തലയ്ക്കുമേൽ വീശിക്കൊണ്ട് അദ്ദേഹം റാണ താനാണെന്നു വരുത്തിത്തീർത്തു. ശത്രുക്കൾ ജിലബിഡയെ വളയവെ യഥാർഥ റാണ രക്ഷപ്പെട്ടു. ധീരനായ ആ ഗോത്രമുഖ്യനും പൊരുതി മരിച്ചു.

മലയിടുക്കുകളിൽ അഭയം പ്രാപിച്ച റാണയ്ക്കെതിരെ ആക്രമണം തുടർന്നു. അക്ബർ നേരിട്ട് എത്തി പട നയിച്ചു. ഒരിക്കൽ സന്ന്യാസിയായി വേഷം മാറിയാണു റാണ രക്ഷപ്പെട്ടത്. ഇക്കാലത്ത് പഞ്ചാബിൽ ഉണ്ടായ ചില കലാപങ്ങളെ തുടർന്ന് അക്ബർ വടക്കുപടിഞ്ഞാറൻ പ്രദേശത്തേക്കു പുറപ്പെട്ടു. 12 വർഷം ചക്രവർത്തിക്ക് അവിടെ കഴിയേണ്ടിവന്നു. ഇക്കാലത്ത് ചിത്തോറും മറ്റു ചിലപ്രദേശങ്ങളും റാണ വീണ്ടെടുത്തു. ഒടുവിൽ കഠിനമായ ഒരു വില്ലുകുലയ്ക്കാൻ നടത്തിയ ശ്രമത്തിനിടെ പരിക്കേറ്റ റാണാപ്രതാപ് 1597 ജനുവരി 19 ന് 57-ാം വയസിൽ അന്തരിച്ചു.

20

സ്വർഗജാതൻ ജീവനൊടുക്കിയപ്പോൾ

റോബർട്ട് ക്ലൈവ്

'സ്വർഗജാതനായ ജനറൽ' എന്ന് ബ്രിട്ടീഷ് പ്രധാനമന്ത്രി വില്യം പിറ്റ് വിശേഷിപ്പിച്ച പോരാളി. പക്ഷേ ദുരന്തകഥയിലെ നായകനെപ്പോലെ സ്വയം ജീവനൊടുക്കാനായിരുന്നു അദ്ദേഹത്തിന്റെ നിയോഗം. പാഠപുസ്തകങ്ങളിലൂടെ നിങ്ങൾക്ക് സുപരിചിതനായ റോബർട്ട് ക്ലൈവിനെപ്പറ്റിയാണ് പറഞ്ഞുവരുന്നത്.

1725 ൽ 13 മക്കളുള്ള വലിയൊരു കുടുംബത്തിലെ മൂത്തമകനായാണ് ക്ലൈവിന്റെ ജനനം. വികൃതിത്തരം മൂലം മൂന്ന് സ്കൂളുകളിൽനിന്നും പുറത്താക്കപ്പെട്ടു. 18-ാം വയസിൽ ഇംഗ്ലീഷ് ഈസ്റ്റ് ഇന്ത്യാ കമ്പനിയിലെ ഒരു ഗുമസ്തനായി ക്ലൈവ് ഇന്ത്യയിലെത്തി. താമസിയാതെ ഗുമസ്തപ്പണി വിട്ട് അദ്ദേഹം കമ്പനിയുടെ സൈന്യത്തിൽ ചേർന്നു. ഫ്രഞ്ചുകാരുമായി ഏറ്റുമുട്ടൽ നടക്കുന്ന കാലം. യുദ്ധങ്ങളിൽ മികവ് പുലർത്തിയ ക്ലൈവ് സൈന്യത്തിന്റെ നേതൃനിരയിലെത്തി.

1757 ലെ പ്ലാസി യുദ്ധത്തിൽ,. ബംഗാൾ നവാബായ സിറാജ്-ഉദ്-ദൗളയെ ക്ലൈവിന്റെ നേതൃത്വത്തിലുള്ള സൈന്യം തോൽപ്പിച്ചു. ഈ

യുദ്ധമാണ് ഇന്ത്യയിൽ ബ്രിട്ടീഷ് ആധിപത്യത്തിന് അടിത്തറയിട്ടത്. ക്ലൈവ് ബംഗാൾ ഗവർണറായി നിയമിതനായി. തുടർന്ന് ഇംഗ്ലണ്ടിലേക്ക് മടങ്ങിയ അദ്ദേഹം 1765 ൽ വീണ്ടും ഇന്ത്യയിലെത്തി. ഇക്കാലത്താണ് മുഗൾ ചക്രവർത്തിയായ ഷാ ആലമിന് പെൻഷൻ നൽകിക്കൊണ്ട് ക്ലൈവ് കമ്പനിക്കു മറ്റൊരു വിജയം കൂടി നേടിയത്. ബംഗാൾ, ബീഹാർ, ഒറീസ എന്നിവിടങ്ങളിലെ സമസ്താധികാരങ്ങളും (ദിവാനി) അങ്ങനെ ഈസ്റ്റ് ഇന്ത്യാ കമ്പനിക്കു ലഭിച്ചു. ഇതുവഴി 30 ദശലക്ഷത്തോളം ഇന്ത്യക്കാർക്കുമേൽ ഇംഗ്ലീഷ് ആധിപത്യം സ്ഥാപിക്കപ്പെട്ടു. ഭീമമായ ഒരു തുക നികുതി പിരിവിലൂടെയും ഉറപ്പിച്ചെടുത്തു.

ഒരു യോദ്ധാവിന് ചേർന്ന എല്ലാ ഗുണങ്ങളും ക്ലൈവിൽ ഒത്തുചേർന്നിരുന്നു. എന്നാൽ ദുരാഗ്രഹം, കാപട്യം, ചതി, വഞ്ചന, തത്ത്വദീക്ഷയില്ലായ്മ എന്നിവ അദ്ദേഹത്തിന്റെ സ്വഭാവത്തിനുമേൽ കരിനിഴൽ വീഴ്ത്തി. സംശയാസ്പദമായ മാർഗങ്ങളിലൂടെ അളവറ്റ സമ്പത്ത് ക്ലൈവ് ആർജിച്ചിരുന്നു. കോഴയും കൈക്കൂലിയും സ്വീകരിക്കുന്നതിൽ അദ്ദേഹത്തിന് ഒരു മടിയും ഉണ്ടായിരുന്നില്ല. ബംഗാളിൽ ക്ലൈവ് സ്ഥാപിച്ചത് ഒരു തസ്കര ഭരണമായിരുന്നുവെന്നാണ് പൊതുവെയുള്ള വിലയിരുത്തൽ.

1765 ൽ ക്ലൈവ് ഇംഗ്ലണ്ടിലേക്ക് മടങ്ങി. ഇന്ത്യയിൽ നടത്തിയ അഴിമതികളുടെ പേരിൽ അദ്ദേഹം ബ്രിട്ടീഷ് പാർലമെന്റിന് മുമ്പാകെ വിചാരണയ്ക്ക് വിധേയനായി. ശിക്ഷാ നടപടി ഒന്നും ഉണ്ടായില്ലെങ്കിലും ജീവിത നൈരാശ്യം ക്ലൈവിനെ വേട്ടയാടി. 1774 നവംബർ 22ന് തന്റെ വസതിയിൽ ഒരു പേനാക്കത്തികൊണ്ട് അദ്ദേഹം സ്വയം കുത്തി മരിച്ചു. അദ്ദേഹത്തിന് ഉദരത്തിൽ വേദന അനുഭവപ്പെടുക പതിവായിരുന്നുവെന്നും അതിന് പരിഹാരമായി കറുപ്പുതീറ്റ ശീലമാക്കിയിരുന്നുവെന്നും പറയപ്പെടുന്നു. കറുപ്പിനോടുള്ള (opium) ആസക്തിയാണ് 49-ാം വയസിൽ ജീവനൊടുക്കാൻ ക്ലൈവിനെ പ്രേരിപ്പിച്ചതെന്നും അഭിപ്രായമുണ്ട്.

21

പദവികളിൽ മതിമറന്നു; അപമാനിതനായി അന്ത്യം

ജോസഫ് ഫ്രാങ്കോയിസ്

ഒരുകാലത്ത് പദവിയുടെയും പ്രശസ്തിയുടെയും ഉയരങ്ങളിൽ. അവസാനം അവഗണനയും അപമാനവും പേറി അന്ത്യം. ഇന്ത്യയിൽ ഒരു ഫ്രഞ്ച് സാമ്രാജ്യം സ്ഥാപിക്കാൻ ശ്രമിച്ച് പരാജയപ്പെട്ട ജോസഫ് ഫ്രാ ങ്കോയിസ് ഡ്യൂപ്ലെയുടെ ജീവിതകഥ ഇങ്ങനെ സംഗ്രഹിക്കാം.

1697 ൽ ഒരു സമ്പന്ന കർഷകന്റെ പുത്രനായാണ് ഡ്യൂപ്ലെയുടെ ജനനം. ശാസ്ത്രത്തിൽ തൽപ്പരനായ മകനെ ഒരു വൻ വ്യാപാരിയാക്കാനാണ് ഫ്രഞ്ച് ഈസ്റ്റ് ഇന്ത്യാ കമ്പനിയുടെ ഡയറക്ടർ കൂടിയായ പിതാവ് ആഗ്രഹിച്ചത്. അതിനായി 1715 ൽ ഡ്യൂപ്ലെയെ പിതാവ് ഫ്രഞ്ച് ഈസ്റ്റ് ഇന്ത്യാ കമ്പനിയുടെ ഒരു ഉദ്യോഗസ്ഥനായി ഇന്ത്യയിലേക്കയച്ചു.

ഇന്ത്യയിലെത്തിയ ഡ്യൂപ്ലെ ഔദ്യോഗികാവശ്യങ്ങൾക്കു പുറമെ സ്വന്തം നിലയിലും കച്ചവടം നടത്തി. വലിയ വാണിജ്യകരാറുകളും അദ്ദേഹം നേടിയെടുത്തു. 1730 ൽ ചന്ദ്രനഗറിലെ ഫ്രഞ്ച് മേധാവിയായി നിയമിതനായി.

1741 ൽ ജീൻ ആൽബർട്ടിനെ ഡ്യൂപ്ലെ വിവാഹം കഴിച്ചു. ഫ്രഞ്ച് കമ്പനിയുടെ ഡയറക്ടർമാരിലൊരാളുടെ വിധവയായിരുന്ന ജീൻ ആ ബന്ധത്തിലെ 11 മക്കളുടെ മാതാവുകൂടിയായിരുന്നു. 'ജോനാബീഗം' എന്നാണ് തദ്ദേശീയർ അവരെ വിളിച്ചത്.

1742 ൽ ഇന്ത്യയിലെ ഫ്രഞ്ച് അധീന പ്രദേശങ്ങളുടെ ഗവർണർ ജനറലായി ഡ്യൂപ്ലെ നിയമിതനായി. ഇന്ത്യക്കാരെ സ്വാധീനിക്കാനായി അദ്ദേഹം തദ്ദേശീയരീതിയിൽ വസ്ത്രധാരണം പോലും നടത്തി.

യൂറോപ്പിൽ നടന്ന ബ്രിട്ടീഷ്-ഫ്രഞ്ച് യുദ്ധങ്ങളുടെ ചുവടു പിടിച്ച് ഇന്ത്യയിലും ഇരുശക്തികളും തമ്മിൽ രൂക്ഷമായ ഏറ്റുമുട്ടൽ നടന്നു. പല സൈനിക വിജയങ്ങളും ഡ്യൂപ്ലെ നേടിയെങ്കിലും നിർണായകമായ ചില യുദ്ധങ്ങളിൽ അദ്ദേഹം പരാജിതനായി.

ഡ്യൂപ്ലെയും അക്കാലത്ത് ഗോവയിലെ ഫ്രഞ്ചു ഗവർണറായിരുന്ന ബർട്രൻസ് ഫ്രാങ്കോയിസ് മാഹേയും തമ്മിൽ കടുത്ത സ്പർധ നിലനിന്നിരുന്നു. മാഹേയാണ് മലബാറിലെ മയ്യഴി പിടിച്ചടക്കിയത്. മാഹേയുടെ പേരിൽ നിന്നാണ് മയ്യഴിക്ക് 'മാഹി' എന്ന പേര് ലഭിച്ചത്. ഇരുവർക്കുമിടയിൽ വളർന്നുവന്ന വെറുപ്പും അസൂസയും ഇന്ത്യയിലെ ഫ്രഞ്ചു പരാജയങ്ങൾക്ക് ആക്കം കൂട്ടി.

ഡ്യൂപ്ലെയുടെ പാളിയ തന്ത്രങ്ങളിലും ധനദുർവ്യയത്തിലും ഫ്രഞ്ച് സർക്കാർ അതൃപ്തി പ്രകടിപ്പിച്ചു. തന്മൂലം ഡ്യൂപ്ലേക്കുമേൽ ഒരു സ്പെഷ്യൽ കമ്മീഷണറെയും പുതുതായി നിയമിച്ചു. വേണ്ടിവന്നാൽ ഡ്യൂപ്ലെയെ അറസ്റ്റ് ചെയ്യാൻ കൂടിയായിരുന്നു പുതിയ കമ്മീഷണറുടെ വരവ്.

ഇന്ത്യയിൽ ഡ്യൂപ്ലെയ്ക്ക് നാട്ടുകാരുടെ കടുത്ത എതിർപ്പ് നേരിടേണ്ടിവന്നു. അദ്ദേഹവും ഭാര്യയും ചേർന്ന് ഹിന്ദുക്ഷേത്രങ്ങൾ മലിനപ്പെടുത്തുന്നതിൽ രസം കണ്ടെത്തിയതായും ആരോപണം ഉയർന്നിരുന്നു.

1754 ൽ ഡ്യൂപ്ലെയെ തിരികെ വിളിച്ചു. പിന്നീടുള്ള ജീവിതം ദുരിതങ്ങൾക്ക് നടുവിലായി. ഇന്ത്യയിൽ വച്ച് ഔദ്യോഗികാവശ്യങ്ങൾക്കായി ഡ്യൂപ്ലെ സ്വന്തം സമ്പത്ത് വൻതോതിൽ ചെലവഴിച്ചിരുന്നു. എന്നാൽ ഈ ധനം മടക്കിക്കൊടുക്കാൻ ഫ്രഞ്ച് സർക്കാർ തയാറായില്ല. 1763 ൽ നിർധനനും അപമാനിതനുമായി ഇന്ത്യയിലെ ഫ്രഞ്ച് സാമ്രാജ്യ മോഹങ്ങൾക്ക് അടിത്തറയിട്ട ഡ്യൂപ്ലെ അന്തരിച്ചു.

22

മിർജാഫർ നടത്തിയ ചതി

മിർജാഫർ

ഇന്ത്യയിൽ ബ്രിട്ടീഷ് ആധിപത്യത്തിന് അടിത്തറയിട്ട യുദ്ധമായിരുന്നല്ലോ 1757 ലെ പ്ലാസിയുദ്ധം. ആ യുദ്ധവുമായി ബന്ധപ്പെട്ട് മിർജാഫറിനെപ്പറ്റി കേട്ടിരിക്കുമല്ലോ? 'ഇന്ത്യയുടെ ചതിയൻ' എന്നുവിശേഷണമുള്ള അയാളുടെ കഥ കേൾക്കുക.

ഇറാക്കിൽ ഒരു അറബികുടിയേറ്റക്കാരന്റെ മകനായി 1691 ലാണ് മീർമുഹമ്മദ് ജാഫർ അലി ഖാൻ എന്ന മിർജാഫർ ജനിച്ചത്. ദാരിദ്ര്യവും പേറി ബംഗാളിലെത്തിയ ജാഫർക്ക് അവിടുത്തെ നവാബായ അലിവർദിഖാൻ ആദ്യം നൽകിയത് തൂപ്പുജോലി. എന്നാൽ നവാബിന്റെ ഒരു അനന്തരവനെ ഒരിക്കൽ രക്ഷിക്കാൻ കിട്ടിയ അവസരം അയാൾ ശരിക്കും പ്രയോജനപ്പെടുത്തി. സന്തുഷ്ടനായ നവാബ് മിർജാഫറിനെ തന്റെ സൈന്യത്തിൽ എടുക്കുക മാത്രമല്ല അർധസഹോദരിയെ അയാൾക്കു വിവാഹവും ചെയ്തു കൊടുത്തു. എന്നാൽ വൈകാതെ അത്യാർത്തിക്കാരനായ ജാഫർ മറാട്ടികളുടെ സഹായത്തോടെ നവാബിനെ സ്ഥാനഭ്രഷ്ടനാക്കാൻ ശ്രമിച്ചു. ഇതു കയ്യോടെ കണ്ടെത്തിയ നവാബ് ജാഫർക്കു

നൽകിയ അധികാരങ്ങളൊക്കെ തിരിച്ചെടുത്തു.

കുതന്ത്രക്കാരനായ മിർജാഫർ പക്ഷേ വെറുതെയിരുന്നില്ല. നവാബിന്റെ ചെറുമകനായ സിറാജ് ഉദ് ദൗളയുമായി അയാൾ ചങ്ങാത്തം കൂടി. അലിവർദിഖാന്റെ മരണത്തോടെ സിറാജ് നവാബായപ്പോൾ ജാഫർ എങ്ങനെയോ സേനാനായകനായി. എന്നാൽ മോഹൻലാൽ എന്നയാളെ ദിവാനായി നിയമിച്ചതു ജാഫർക്ക് രസിച്ചില്ല. സിറാജിനെ പുറത്താക്കി സ്വയം നവാബാകാനായി പിന്നീടുള്ള ശ്രമം. ഇതിന് സിറാജിന്റെ ശത്രുക്കളായ ഇംഗ്ലീഷുകാരുമായി അയാൾ സഖ്യം ചേർന്നു. ചതി മനസിലാക്കിയ നവാബ് ജാഫറുടെ വസതിയിൽ വെടിമരുന്ന് വെക്കുകയും ജീവൻ വേണമെങ്കിൽ സ്ഥലം വിട്ടുകൊള്ളാൻ കൽപ്പിക്കുകയും ചെയ്തു.

പുറത്താക്കപ്പെട്ടുവെങ്കിലും മിർജാഫറുടെ കൈവശം മികച്ച ഒരു സൈന്യവും ഏതാനും നാട്ടുരാജാക്കന്മാരുടെ പിന്തുണയും ഉണ്ടായിരുന്നു. അയാൾ ഇംഗ്ലീഷുകാരുമായി കൂടുതൽ അടുത്തു. തന്നെ നവാബ് പദവിയിൽ എത്തിച്ചാൽ എന്തും ചെയ്യാമെന്നും ജാഫർ അവർക്ക് ഉറപ്പുനൽകി.

ഇക്കാലത്ത് സിറാജിന് ഇംഗ്ലീഷുകാരിൽ നിന്നും ചില പരാജയങ്ങൾ ഏറ്റുവാങ്ങേണ്ടി വന്നു. മിർജാഫറുടെ സഹായം തേടേണ്ട അവസ്ഥയിലെത്തി. ഇതു പ്രതീക്ഷിച്ചിരുന്ന ജാഫർ തന്റെ സൈനികപിന്തുണ നവാബിന് വാഗ്ദാനം ചെയ്.തു.

1753 ൽ ജൂൺ 23. ബംഗാൾ–ഇംഗ്ലീഷ് സേനകൾ പ്ലാസിയിൽ ഏറ്റുമുട്ടി. ബംഗാൾ സൈന്യത്തിന്റെ ഒരു വിഭാഗത്തെ നയിച്ചത് മിർജാഫറും മറ്റൊരു ചതിയനായ റായ്ദുർലഭും. മിർമദനും മോഹൻലാലും നയിച്ച സേന വീരോചിതമായി പോരാടി. നിർണായകവേളയിൽ ജാഫറും ദുർലഭും വെറും കാഴ്ചക്കാരായി നിന്നു. മദനും ലാലും പൊരുതിമരിച്ചു. യുദ്ധക്കളത്തിൽനിന്നും സിറാജ് ഓടി രക്ഷപ്പെട്ടു. പിന്തുടർന്ന മീരാൻ (ജാഫറുടെ പുത്രൻ) ഇരുപത്തിമൂന്നുകാരനായ സിറാജിനെ കൊലപ്പെടുത്തി. മീരാൻ പിന്നീട് മിന്നലേറ്റ് മരിച്ചു.

വിജയിച്ച ഇംഗ്ലീഷുകാർ വാക്കുപാലിച്ചു. മിർജാഫർ നവാബായി. എന്നാൽ തങ്ങൾക്ക് തോന്നുമ്പോഴൊക്കെ കയ്യിടാവുന്ന ഒരു 'സ്വർണ ചാക്ക്' എന്ന നിലയിലാണ് അവർ മിർജാഫറെ ഉപയോഗിച്ചത്. ഇംഗ്ലീഷുകാർക്കു കോഴയും സമ്മാനങ്ങളും കൊടുത്ത് ഖജനാവ് ശൂന്യമായപ്പോൾ അയാൾ പ്രതിഷേധിച്ചു. ഇംഗ്ലീഷുകാരാവട്ടെ 1760 ൽ ജാഫറെ മാറ്റി അയാളുടെ മരുമകൻ മിർകാസിമിനെ നവാബാക്കി. എന്നാൽ കാസിം താമസിയാതെ അവരുടെ വരുതിയിൽനിന്നും സ്വതന്ത്രനായപ്പോൾ അദ്ദേഹത്തിന് പകരം വീണ്ടും മിർജാഫറെ പ്രതിഷ്ഠിച്ചു. 1765 ൽ മരണം വരെ അയാൾ ആ സ്ഥാനത്ത് തുടർന്നു. ഒരു ചതിയന് കിട്ടേണ്ട ശിക്ഷ പക്ഷേ മിർജാഫറിന് കിട്ടിയില്ല എന്നത് ചരിത്രത്തിലെ ഒരു അത്ഭുതമായി അവശേഷിക്കുന്നു.

23

ഗവർണർ ജനറലിന്റെ ദുരന്തം

വാറൻ ഹേസ്റ്റിങ്സ്

ഇന്ത്യയിൽ നടത്തിയ അതിക്രമങ്ങൾ അവസാനം വരെ ആ ഇംഗ്ലീഷുകാരനെ പിന്തുടർന്നു. ഒടുവിൽ സമ്പത്തും ആരോഗ്യവും നഷ്ടപ്പെട്ട് അദ്ദേഹത്തിന് ശിഷ്ടജീവിതം കഴിച്ചുകൂട്ടേണ്ടിവന്നു.

ഇന്ത്യയിലെ ആദ്യത്തെ ബ്രിട്ടീഷ് ഗവർണർ ജനറൽ വാറൻ ഹേസ്റ്റിങ്സിനെപ്പറ്റിയാണ് പറയുന്നത്. ഹേസ്റ്റിങ്സിന്റെ സമകാലികനായിരുന്നു ബംഗാൾ ബ്രാഹ്മണനായിരുന്ന നന്ദകുമാർ. ഇംഗ്ലീഷുകാരോട് വളരെ കൂറുപുലർത്തിയ അദ്ദേഹം ബംഗാളിൽ മന്ത്രിപദവിയും വഹിച്ചിരുന്നു. എന്നാൽ ഹേസ്റ്റിങ്സിന്റെ കുതന്ത്രങ്ങൾ മൂലം നന്ദകുമാറിന് മന്ത്രിസ്ഥാനം നഷ്ടപ്പെട്ടു.

ഗവർണർ ജനറലിനെ ഭരണകാര്യങ്ങളിൽ സഹായിക്കാൻ ഒരു സമിതിയെ നിയോഗിച്ചിരുന്നു. എന്നാൽ ഹേസ്റ്റിങ്സിന്റെ പ്രതിയോഗികൾക്കായിരുന്നു സമിതിയിൽ ഭൂരിപക്ഷം. അവരുടെ പ്രേരണയാൽ ഗവർണർ ജനറലിനെതിരെ പരാതിയുമായി നന്ദകുമാർ രംഗത്തെത്തി. തന്റെ മകന്

ബംഗാളിലെ ദിവാൻ പദവി നൽകുന്നതിനായി ഹേസ്റ്റിങ്സ് ഒരുലക്ഷത്തിലേറെ രൂപ കൈക്കൂലി വാങ്ങിയെന്നായിരുന്നു പ്രധാന ആരോപണം. മാത്രമല്ല ബ്രിട്ടീഷുകാരുടെ പാവയായി നിയമിക്കപ്പെട്ട ബംഗാളിലെ നവാബായ മുബാറക് ഉദ് ദൗളയുടെ രക്ഷാകർതൃസ്ഥാനത്തിന് പ്രതിഫലമായി മുന്നിബീഗത്തിൽനിന്നും ഗവർണർ ജനറൽ രണ്ടരലക്ഷത്തിലേറെ രൂപ കോഴ വാങ്ങിയെന്നും നന്ദകുമാർ രേഖാമൂലം തെളിവ് നൽകി. ഇതിൽ കുപിതനായ ഹേസ്റ്റിങ്സ് നന്ദകുമാർ കള്ളഒപ്പിട്ടു എന്നാരോപിച്ച് സുപ്രീംകോടതിയിൽ കേസ് ഫയൽ ചെയ്തു. ചീഫ് ജസ്റ്റിസ് എലിജ ഇംപേ, ഹേസ്റ്റിങ്സിന്റെ ഏറ്റവും അടുത്ത സുഹൃത്തായിരുന്നു. ഗവർണർ ജനറലിന്റെ ദുഃസ്വാധീനത്താൽ നന്ദകുമാറിന് വധശിക്ഷ വിധിക്കപ്പെട്ടു. അദ്ദേഹം തൂക്കിലേറ്റപ്പെടുകയും ചെയ്തു.

എന്നാൽ ജോലിയിൽനിന്ന് വിരമിച്ച് ഇംഗ്ലണ്ടിൽ തിരിച്ചെത്തിയതോടെ ഹേസ്റ്റിങ്സിന്റെ കഷ്ടകാലവും തുടങ്ങി. ഇന്ത്യയിൽ നടത്തിയ കോഴ ഇടപാടുകളുടെ പേരിൽ അദ്ദേഹം ബ്രിട്ടീഷ് പാർലമെന്റിന് മുമ്പാകെ കുറ്റവിചാരണയ്ക്കു വിധേയനായി. 1788 മുതൽ എട്ടുവർഷക്കാലം നീണ്ട കുറ്റവിചാരണയ്ക്കു നേതൃത്വം നൽകിയത് പ്രസിദ്ധ രാജ്യതന്ത്രജ്ഞനും വാഗ്മിയുമായ എഡ്മണ്ട് ബർക് ആയിരുന്നു.

ഒടുവിൽ ഹേസ്റ്റിങ്സ് നിരപരാധിയാണെന്ന് പാർലമെന്റ് കണ്ടെത്തി. എന്നാൽ ഈ വിചാരണ അദ്ദേഹത്തിന്റെ ജീവിതം തകർത്തു. ആരോഗ്യവും ധനവും ക്ഷയിച്ച് ഇംഗ്ലീഷ് ഈസ്റ്റ് ഇന്ത്യാ കമ്പനി നൽകിയ പെൻഷന്റെ ബലത്തിൽ ഹേസ്റ്റിങ്സ് ജീവിച്ചു. 1818 ൽ 86–ാം വയസിലായിരുന്നു അദ്ദേഹത്തിന്റെ അന്ത്യം.

നന്ദകുമാർ വധം നീതന്യായ ചരിത്രത്തിൽ അറിയപ്പെടുന്നത് 'കോടതി നടത്തിയ കൊലപാതകം' എന്ന പേരിലാണ്.

24

നെറ്റിയിൽ പട്ടിയുടെ രൂപം വരച്ച് നാടുകടത്തൽ

മാർത്താണ്ഡവർമ

വേണാട് എന്ന സ്വരൂപത്തിന്റെ ഭരണാധികാരിയായിരുന്നു മാർത്താണ്ഡവർമ. പിൽക്കാലത്ത് തിരുവിതാംകൂർ എന്ന ഒരു വലിയ രാജ്യം അദ്ദേഹം പടുത്തുയർത്തി. നിരവധി പ്രതിസന്ധികളെയും അഗ്നിപരീക്ഷകളെയും അതിജീവിച്ചാണ് മാർത്താണ്ഡവർമ മുന്നേറിയത്. പലപ്പോഴും സ്വന്തം ജീവൻ അപകടത്തിലായിരുന്നു.

മാർത്താണ്ഡവർമയെ മുൾമുനയിൽ നിർത്തിയത് മാടമ്പിമാരും പോറ്റിമാരും എട്ടുവീട്ടിൽ പിള്ളമാരുമായിരുന്നു. ശത്രുക്കളെ തുണയ്ക്കാൻ അദ്ദേഹത്തിന്റെ മാതുലപുത്രന്മാരുമുണ്ടായിരുന്നു. 'കുഞ്ചുത്തമ്പിമാർ' എന്നറിയപ്പെട്ടിരുന്ന പപ്പുതമ്പിയും രാമൻ തമ്പിയും.

ആദ്യത്തെ ശത്രു നിഗ്രഹം നടന്നത് 1730 ൽ നാഗർകോവിൽ കൊട്ടാരത്തിൽ. അതിക്രമിച്ചു കടന്ന പപ്പുതമ്പിയെ രാജാവിന്റെ അംഗരക്ഷകർ വെട്ടിനുറുക്കി. പിറകെ പാഞ്ഞെത്തി തന്നെ വധിക്കാൻ ശ്രമിച്ച രാമൻ

തമ്പിയെ മാർത്താണ്ഡവർമ്മ നേരിട്ട് കാലപുരിക്കയച്ചു.

മാതുലപുത്രന്മാരുടെ വധത്തിനു ശേഷവും മാർത്താണ്ഡവർമയ്ക്ക് സ്വസ്ഥത കിട്ടിയില്ല. ശത്രുക്കൾ കൂടുതൽ കുഴപ്പം സൃഷ്ടിച്ചുകൊണ്ടിരുന്നു. വൈകാതെ 1736 ൽ കുഴപ്പക്കാരെ മുഴുവൻ പിടികൂടുന്നതിൽ അദ്ദേഹം വിജയിച്ചു.

കൽക്കുളം കൊട്ടാരത്തിലായിരുന്നു രാജ്യദ്രോഹികളുടെ വിചാരണ. എട്ടുവീട്ടിൽ പിള്ളമാരും മാടമ്പിമാരും തൂക്കിലേറ്റപ്പെട്ടു. അവരുടെ സ്ത്രീകളെയും കുട്ടികളെയും മുക്കുവർക്ക് പിടിച്ചുകൊടുത്തു.

എന്നാൽ ശത്രുനിരയിൽ പെട്ട ബ്രാഹ്മണരെ തൂക്കിലേറ്റിയില്ല. വേദശാസ്ത്രപണ്ഡിതന്മാരുമായി ആലോചിച്ച് മാർത്താണ്ഡവർമ്മ മറ്റൊരു വഴി കണ്ടെത്തി. ബ്രാഹ്മണരുടെ തല മുണ്ഡനം ചെയ്ത്, നെറ്റിയിൽ പട്ടിയുടെ രൂപം പതിച്ച് നാടുകടത്തി.

25

മത്തങ്ങ മുറിക്കാതെ കുരു എടുത്തപ്പോൾ

രാമയ്യൻ ദളവ

ആലപ്പുഴ ജില്ലയിലെ ചേർത്തല താലൂക്ക് മൂന്നു നൂറ്റാണ്ടു മുമ്പ് അറിയപ്പെട്ടിരുന്നത് 'കരപ്പുറം' എന്നായിരുന്നു. മാടമ്പിമാരുടെ ഭരണത്തിൻ കീഴിലായിരുന്നു അക്കാലത്ത് കരപ്പുറം. മാടമ്പിമാരിൽ ഒരാൾ ക്രിസ്ത്യാനിയും ബാക്കിയുള്ളവർ നായന്മാരുമായിരുന്നു.

1718 ൽ കരപ്പുറം കൊച്ചിരാജാവ് കീഴടക്കി. 1754 ൽ പുറക്കാട്ടു യുദ്ധത്തെ തുടർന്ന് കരപ്പുറം മാർത്താണ്ഡവർമ പിടിച്ചടക്കി തിരുവിതാംകൂറിനോട് ചേർത്തു. ഡച്ചുകാർ 'മുട്ടം' എന്നാണ് കരപ്പുറത്തെ വിളിച്ചത്.

കീഴടക്കിയ പ്രദേശം കാണാൻ മാർത്താണ്ഡവർമ ഒരിക്കൽ കരപ്പുറത്ത് എത്തി. രാമയ്യൻ ദളവയും ഒപ്പമുണ്ട്. തുടർച്ചയായ യുദ്ധങ്ങൾ മൂലം തിരുവിതാംകൂർ ഖജനാവ് ശോഷിച്ചിരുന്നു. കരപ്പുറത്തെ ശരിക്കും നിരീക്ഷിച്ചശേഷം മഹാരാജാവ് ചോദിച്ചു: "രാമയ്യൻ മത്തങ്ങ മുറിക്കാതെ കുരു എടുക്കാൻ കഴി

യുമോ?"

മഹാരാജാവ് മനസിൽ കണ്ടതെന്തെന്ന് ബുദ്ധിമാനായ ദളവയ്ക്ക് പെട്ടെന്ന് മനസിലായി. രാമയ്യൻ പറഞ്ഞു: "അടിയൻ ശ്രമിച്ചു നോക്കാം."

തന്ത്രശാലിയായ ദളവ പിറ്റേന്ന് തന്നെ കരപ്പുറത്തെ നായർ പ്രമാണിമാരെ ചെന്നുകണ്ടു. എന്നിട്ട് ഓരോരുത്തരോടായി ഇപ്രകാരം പറഞ്ഞു. "അറിഞ്ഞില്ലേ മഹാരാജാവ് നേരിട്ട് നിങ്ങളുടെയടുത്തേക്ക് എഴുന്നള്ളിയിരിക്കുകയല്ലേ. അദ്ദേഹത്തെ ഉചിതമായി മുഖം കാണിച്ച് ബഹുമതികൾ നേടിയെടുക്കാൻ ഇനി വേറൊരു സന്ദർഭം കിട്ടുമോ? പൊന്നും പണവുമൊക്കെ വരും പോവും. അതുപോലെയാണോ സ്ഥാനമാനങ്ങൾ...? ചത്തുമണ്ണടിഞ്ഞാലും അവ പരമ്പരാഗതമായി നിലനിൽക്കില്ലേ?"

രാമയ്യന്റെ കൗശലം ഫലിച്ചു. അടുത്തദിവസം മുതൽ പ്രമാണിമാർ ഓരോരുത്തരായി പൊന്നും പണവും മറ്റു കാഴ്ചവസ്തുക്കളുമായി മഹാരാജാവിനെ മുഖം കാട്ടാനെത്തി. വന്നവർക്കെല്ലാം മഹാരാജാവിൽനിന്ന് പ്രത്യേകം ബഹുമതികളും നൽകപ്പെട്ടു. അങ്ങനെ കരപ്പുറത്ത് പുതിയ പ്രമാണിമാർ ഉദയംകൊണ്ടു. കൈമൾ, പണിക്കർ, കുറുപ്പ്, കർത്താ, ഉണ്ണിത്താൻ, വല്യത്താൻ...

സംഭവിച്ചത് എന്താണ്? സാധാരണക്കാരെ ബുദ്ധിമുട്ടിക്കാതെയും സമ്പന്നരെ ഉപദ്രവിക്കാതെയും രാജാവും ദളവയും ചേർന്ന് ഖജനാവ് നിറച്ചു. ചുരുക്കത്തിൽ മത്തങ്ങ മുറിക്കാതെ അതിന്റെ കുരു എടുത്തു!

26

മരണദൂതന്റെ മരണം

റോബസ്പിയർ

ന്യായാധിപനായിരിക്കെ വധശിക്ഷ വിധിക്കാനുള്ള വിമുഖതയാൽ ആ ഉദ്യോഗം രാജിവയ്ക്കുക. എന്നാൽ ഇതേ വ്യക്തി പിന്നീട് തന്റെ ഉറ്റ സുഹൃത്തുക്കൾ ഉൾപ്പെടെയുള്ളവരെ കൂട്ടത്തോടെ കൊന്നൊടുക്കുക. അങ്ങനെയും ഒരു കഥ ചരിത്രത്തിലുണ്ട്.

ഫ്രഞ്ച് വിപ്ലവകാലത്ത് ഏറ്റവും കൂടുതൽ അറിയപ്പെട്ട മാക്സിമിലിയൻ റോബസ്പിയറാണ് കഥാനായകൻ.

1758 ൽ ഫ്രാൻസിലെ അറാബിലാണ് റോബസ്പിയറുടെ ജനനം. പിതാവ് അഭിഭാഷകനായിരുന്നു. പഠനകാലത്ത് റൂസോ, മൊണ്ടെ സ്ക്യൂ തുടങ്ങിയ ചിന്തകർ റോബസ്പിയറെ വളരെ ആകർഷിച്ചു. ഒരു ക്രിമിനൽ ജഡ്ജിയായി ഔദ്യോഗിക ജീവിതം ആരംഭിച്ചു. എന്നാൽ ഒരു വധശിക്ഷ വിധിക്കാനുള്ള മനഃപ്രയാസത്താൽ ജോലി ഉപേക്ഷിച്ചു.

അഭിഭാഷകവൃത്തിയിലേക്ക് മടങ്ങിയ റോബസ്പിയർ പാവപ്പെട്ടവരുടെ വക്കീൽ എന്ന നിലയിൽ കീർത്തി നേടി. തുടർന്ന് രാഷ്ട്രീയത്തിലേക്ക്. ഫ്രാൻസിൽ വിപ്ലവം പൊട്ടിപ്പുറപ്പെട്ട കാലം. അദ്ദേഹം സാധാരണക്കാരുടെ നിയമസഭയായ മൂന്നാം എസ്റ്റേറ്റിൽ അംഗമായി.

ജാക്കോബിൻ കക്ഷിയുടെ പ്രമുഖ നേതാവാകാൻ പിന്നെ താമസമുണ്ടായില്ല. ഇക്കാലത്ത് ജിറോണ്ടിസ്റ്റുകളായിരുന്നു ഫ്രാൻസിൽ അധികാരത്തിൽ. ലൂയി 16–ാമൻ ചക്രവർത്തിക്ക് വധശിക്ഷ നൽകണമെന്ന് ഏറ്റവും ശക്തമായി വാദിച്ചത് റോബസ്പിയറാണ്. തന്റെ ഭാഷകൊണ്ടും ശൈലികൊണ്ടും ഏതു സദസിനെയും കൈയിലെടുക്കാൻ കഴിയുന്ന ഉജ്വല വാഗ്മി കൂടിയായിരുന്നു അദ്ദേഹം. രാജാവിന് വധശിക്ഷ വിധിക്കപ്പെടാൻ അദ്ദേഹത്തിന്റെ പ്രസംഗങ്ങളും പ്രധാന പങ്ക് വഹിച്ചു.

ലൂയി 16–ാമന്റെ വധത്തിന് ശേഷം ജിറോണ്ടിസ്റ്റുകളുടെ സ്വാധീനം കുറഞ്ഞു. ഇതോടെ ഡാന്റൺ, റോബസ്പിയർ തുടങ്ങിയവർ വിപ്ലവത്തിന്റെ നെടുനായകരായി. ഫ്രാൻസിനെ ചോരയിൽ മുക്കിയ ഭീകരവാഴ്ചയ്ക്ക് ഇവർ തുടക്കമിട്ടു. രാജപക്ഷപാതികൾ എന്നാരോപിച്ച് ആയിരങ്ങൾ കൊലചെയ്യപ്പെട്ടു. കൊലയ്ക്ക് ഉപയോഗിച്ചത് 'ഗില്ലറ്റിൻ' എന്ന മരണയന്ത്രം. ക്രമേണ മരണം വിധിക്കുന്നവർ തന്നെ പരസ്പരം ഭയന്നു തുടങ്ങി. ആരും ഏതുസമയത്തും വധിക്കപ്പെടാവുന്ന അവസ്ഥ.

1794 ൽ റോബസ്പിയർ സുഹൃത്തുക്കളുമായി തെറ്റി. അവർക്കും മരണം വിധിക്കപ്പെട്ടു. ഡാന്റൺ, ഡെസ്മോളീസ് തുടങ്ങിയവർ ഗില്ലറ്റിൻ എന്ന യന്ത്രത്താൽ കൊലചെയ്യപ്പെട്ടു.

ഇതോടെ റോബസ്പിയർ ഫ്രാൻസിന്റെ ഏകാധിപതിയായി. '22 പ്രയറിയൽ' എന്നൊരു നിയമവും അയാൾ നടപ്പിലാക്കി. ഇതുപ്രകാരം സാക്ഷിയോ വിചാരണയോ കൂടാതെ ആരെയും വധശിക്ഷയ്ക്ക് വിധിക്കാമെന്ന നിലവന്നു. വീണ്ടും കൂട്ടക്കൊല അരങ്ങേറി.

അവസാനം റോബസ്പിയറുടെ ഊഴവുമെത്തി. ജൂലൈ 27ന് ഫ്രഞ്ച് പരമാധികാരസഭ അയാൾക്കും കൂട്ടാളികൾക്കും വധശിക്ഷ വിധിച്ചു. സ്വയം വെടിവെച്ചു മരിക്കാൻ റോബസ്പിയർ ശ്രമിച്ചു. പക്ഷേ താടിയെല്ലിന് ചെറിയ പരിക്കേ പറ്റിയുള്ളൂ.

അന്നു രാത്രി മുഴുവൻ പൊതു സുരക്ഷാസമിതിയുടെ മന്ദിരത്തിൽ റോബസ്പിയർ മരണം കാത്തുകിടന്നു. തകർന്ന താടിയെല്ലിൽനിന്ന് രക്തം വാർന്നുകൊണ്ടിരുന്നു. ഒരു ഡോക്ടർ വന്ന് ആ ഭാഗം മരുന്നുവച്ചു കെട്ടി. മുഖത്ത് പടർന്ന ചോര തുടയ്ക്കാനായി തൂവാല നൽകിയ ആളോട് 'മേഴ്സി മോൻസിയർ' (ദയ കാട്ടൂ സാർ) എന്നായിരുന്നു ആയിരക്കണക്കിന് ആൾക്കാരെ ഇളക്കിമറിച്ച റോബസ്പിയറുടെ അവസാന വാക്കുകൾ.

പിറ്റേന്ന് മരണദൂതൻ എത്തി. റോബസ്പിയറെ മുഖം മുകൾഭാഗത്താക്കി മലർത്തിക്കിടത്തി. കഴുത്തുമുറിക്കുന്ന ബ്ലേഡ് ശരിക്കും കണ്ടോട്ടെ എന്ന ഉദ്ദേശ്യത്തോടെ. വധത്തിന് മുമ്പ് ആരാച്ചാർ ഇരയുടെ കഴുത്ത് പരിശോധിച്ചു. താടിയെല്ലുഭാഗത്തെ ബാൻഡേജ് ഒരു ദയയുമില്ലാതെ ആരാച്ചാർ എടുത്തുമാറ്റി. അപ്പോൾ റോബസ്പിയർ വേദനകൊണ്ട് ഉറക്കെ കരഞ്ഞുപോയി. ഈ സമയം മുകളിൽനിന്ന് കണ്ഠം മുറിക്കാനായി പാഞ്ഞുവന്ന ഗില്ലറ്റിന്റെ മൂർച്ചയേറിയ ഭാഗം നിമിഷംകൊണ്ട് എല്ലാം അവസാനിപ്പിച്ചു. ക്രൂരതയുടെ പേരിലാണെങ്കിലും 36 വയസുകൊണ്ട് അങ്ങനെ റോബസ്പിയർ ചരിത്രത്തിൽ ഇടം നേടി.

27

യൂറോപ്പിനെ വിറപ്പിച്ച നെപ്പോളിയൻ

നെപ്പോളിയൻ

'ഫ്രഞ്ചു വിപ്ലവത്തിന്റെ പുത്ര'നായി വന്ന് ഫ്രാൻസിന്റെ ചക്രവർത്തിയായിത്തീർന്ന നെപ്പോളിയൻ ബോണപ്പാർട്ടിന്റെ ജീവിതത്തിലെ ചില ഏടുകൾ ഇതാ.

1804 ഡിസംബർ രണ്ടിനായിരുന്നു നെപ്പോളിയന്റെ കിരീടധാരണ ചടങ്ങ്. കാർമികനായി എത്തിയത് പയസ് ഏഴാമൻ മാർപ്പാപ്പ പോപ്പിന്റെ കൈയിൽനിന്നും കിരീടം പിടിച്ചുവാങ്ങി നെപ്പോളിയൻ അത് സ്വയം ശിരസ്സിൽ ചാർത്തിയതായി പറയുന്നു.

തുടർച്ചയായ യുദ്ധങ്ങളിലൂടെ നെപ്പോളിയൻ യൂറോപ്പിന്റെ ഭൂപടം ഏറെക്കുറെ തിരുത്തിക്കുറിച്ചു. 1812 ൽ നടത്തിയ റഷ്യൻ ആക്രമണം പക്ഷെ അദ്ദേഹത്തെ തകർത്തുകളഞ്ഞു. നാലുലക്ഷം പടയാളികളുമായി റഷ്യയിലേക്കുപോയ നെപ്പോളിയൻ തിരികെയെത്തിയത് വെറും 40000 പേരുമായി.

ഇംഗ്ലണ്ട്, ഓസ്ട്രിയ, ഇറ്റലി, പോർച്ചുഗൽ, പ്രഷ്യ, സ്വീഡൻ, റഷ്യ തുടങ്ങിയ രാജ്യങ്ങളാണ് നെപ്പോളിയനെതിരെ അണിനിരന്നത്. 1814 മാർച്ചിൽ ഐക്യസേന പാരീസ് പിടിച്ചടക്കി. തന്റെ സൈനികരോട് പാരീസിലേക്ക്

നീങ്ങാൻ നെപ്പോളിയൻ ആവശ്യപ്പെട്ടപ്പോൾ ജനറൽമാർ വിസമ്മതിച്ചു. ജീവിതത്തിലാദ്യമായി അദ്ദേഹത്തിന്റെ ആജ്ഞ ചോദ്യം ചെയ്യപ്പെട്ടു.

സഖ്യകക്ഷികളുടെ ആവശ്യപ്രകാരം സ്ഥാനത്യാഗം ചെയ്യാനും മെഡിറ്ററേനിയനിലെ എൽബാ ദ്വീപിലേക്കു പുറപ്പെടാനും നെപ്പോളിയൻ തീരുമാനിച്ചു. ഫ്രാൻസിന്റെ നന്മയെ കരുതിയായിരുന്നു ആ തീരുമാനം. തുടർന്ന് ലൂയി 18–ാമൻ ഫ്രഞ്ചു ചക്രവർത്തിയായി. 1815 ഫെബ്രുവരിയിൽ ഏഴു ചെറിയ കപ്പലുകളിലായി 1200 പടയാളികൾക്കൊപ്പം നെപ്പോളിയൻ ഫ്രാൻസിൽ മടങ്ങിയെത്തി. ഫ്രാൻസിലെ രാജകീയ സൈന്യം നെപ്പോളിയനെ നേരിടാനെത്തി. ഒറ്റയാനായി എതിർസൈനിക വ്യൂഹത്തിന് മുന്നിലെത്തിയ അദ്ദേഹം നിറതോക്കുകളുടെ നടുവിലേക്ക് നടന്നടുത്തു. അക്ഷോഭ്യനായി നെപ്പോളിയൻ പറഞ്ഞതിങ്ങനെ: “ഇതാ ഞാൻ നിങ്ങളുടെ ചക്രവർത്തി. ആഗ്രഹിക്കുന്നുവെങ്കിൽ നിങ്ങളുടെ ഈ ചക്രവർത്തിയെ കൊന്നേക്കൂ.”

“ചക്രവർത്തി വിജയിക്കട്ടെ” എന്ന ജയഭേരിയാണ് അന്തരീക്ഷത്തിൽ ഉയർന്നത്. അതേ സൈന്യത്തെയും നയിച്ചുകൊണ്ട് നെപ്പോളിയൻ പാരീസിലേക്ക് നീങ്ങി. ലൂയി 18–ാമൻ ഓടിപ്പോയി. തുടർന്ന് നെപ്പോളിയന്റെ ഭരണം ഫ്രാൻസിൽ പുനഃസ്ഥാപിക്കപ്പെട്ടു. ചരിത്രത്തിൽ ‘നൂറു ദിനങ്ങൾ’ എന്ന് ഇക്കാലം അറിയപ്പെടുന്നു.

1815 ജൂൺ 18. ബൽജിയത്തിലെ വാട്ടർ ലൂ എന്ന ഗ്രാമം. തലേന്ന് പെയ്ത മഴയിൽ ചെളിപിടിച്ചു കിടക്കുകയായിരുന്നു എവിടെയും. 10 ലക്ഷത്തോളം വരുന്ന സഖ്യസേനക്കെതിരെ നെപ്പോളിയന്റെ ഭാഗത്ത് കേവലം ഒന്നരലക്ഷം സൈനികർ. എതിർപട നയിക്കാൻ ബ്രിട്ടീഷ് സേനാധിപനായ വെല്ലിങ്ടൺ പ്രഭുവും പ്രഷ്യൻ സേനാനി ബ്ലൂഷറും.

65 ഓളം യുദ്ധങ്ങൾ മുന്നിൽനിന്നു നയിച്ച നെപ്പോളിയൻ പരാജിതനായി. സെന്റ് ഹെലീന ദ്വീപിലേക്ക് നാടുകടത്തപ്പെട്ടു.

പകർച്ചവ്യാധികളും മറ്റും വ്യാപകമായ ദ്വീപിൽ കാലിത്തൊഴുത്തായി ഉപയോഗിച്ചിരുന്ന രണ്ടു മുറി കെട്ടിടമാണ് അദ്ദേഹത്തിന് താമസിക്കാൻ നൽകിയത്. 1821–ഓടെ അദ്ദേഹത്തിന്റെ ആരോഗ്യം ക്ഷയിച്ചു. മെയ് 5ന് അന്തരിച്ചു. “ഫ്രാൻസ്, പട്ടാളം, പട്ടാളത്തിന്റെ തലവൻ, ജോസഫൈൻ” ഇതായിരുന്നു അദ്ദേഹത്തിന്റെ അവസാന വാക്കുകൾ. അർബുദം മൂലമാണ് നെപ്പോളിയൻ മരിച്ചതെന്നായിരുന്നു ബ്രിട്ടീഷുകാരുടെ വിശദീകരണം. എന്നാൽ ‘ആഴ്സനിക്’ എന്ന വിഷം നൽകി കൊല്ലുകയായിരുന്നുവെന്ന് പിൽക്കാലത്ത് കണ്ടെത്തി.

നെപ്പോളിയനെ തോൽപ്പിക്കുക വഴി വിശ്രുതനായ വെല്ലിങ്ടൺ പ്രഭുവിനോട് ലോകത്തിലെ ഏറ്റവും വലിയ ജനറൽ ആരെന്ന ചോദ്യത്തിന് അദ്ദേഹം പറഞ്ഞതിങ്ങനെ:“ഇക്കാലത്തും കഴിഞ്ഞകാലത്തും ഇനി ഏതുകാലത്തും അതു നെപ്പോളിയൻ തന്നെ.”

28

നെപ്പോളിയനെ വീഴ്ത്തിയ വെല്ലിങ്ടൺ

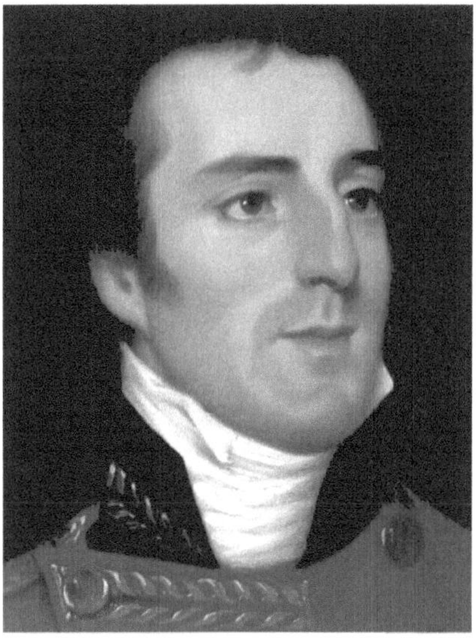

വെല്ലിങ്ടൺ

ടിപ്പു സുൽത്താൻ, നെപ്പോളിയൻ എന്നീ വീരയോദ്ധാക്കളെ തോൽപ്പിച്ച് ചരിത്രത്തിലിടം നേടിയ ഡ്യൂക്ക് ഓഫ് വെല്ലിങ്ടൺ എന്ന ആർതർ വെല്ലസ്ലിയെപ്പറ്റി അറിയേണ്ടേ? ആ ജീവിതകഥ ഇങ്ങനെ. 1769 ൽ അയർലന്റിലെ ഡബ്ലിനിൽ ഒരു പ്രഭുകുടുംബത്തിൽ ആർതർ വെല്ലസ്ലി ജനിച്ചു. 1787 ൽ ബ്രിട്ടീഷ് സൈന്യത്തിൽ ചേർന്നു. 1796 ഇന്ത്യയിലെത്തി. ആർതറുടെ ജ്യേഷ്ഠനായ റിച്ചാർഡ് കോളി വെല്ലസ്ലിയും ഇന്ത്യയിൽ എത്തിയിരുന്നു. ഈ വെല്ലസ്ലിയാണ് സൈനിക സഹായവ്യവസ്ഥ നടപ്പിലാക്കിയ ഗവർണർ ജനറൽ.

ജ്യേഷ്ഠന്റെ നിർദേശപ്രകാരം 1799 ൽ നാലാം മൈസൂർ യുദ്ധത്തിൽ ടിപ്പുവിനെതിരെ പട നയിച്ചത് ആർതറായിരുന്നു. യുദ്ധത്തിന്റെ തുടക്കത്തിൽ അദ്ദേഹത്തിന്റെ കാൽമുട്ടിനു പരിക്കുപറ്റി. ആദ്യശ്രമം പരാജയപ്പെട്ടെങ്കിലും ടിപ്പുവിന്റെ കോട്ടയിൽ വിള്ളൽവീഴ്ത്തി മുന്നേറാൻ ആർതർക്ക് സാധിച്ചു. ടിപ്പുവിന്റെ മരണവാർത്തയറിഞ്ഞ് ആദ്യം സ്ഥല

ത്തെത്തിയതും അദ്ദേഹമാണ്. 'മൈസൂർ കടുവ'യുടെ നാഡിമിടിപ്പ് പരിശോധിച്ച് ആർതർ മരണം ഉറപ്പുവരുത്തി. എന്നാൽ യുദ്ധത്തിൽ അച്ചടക്കമില്ലാതെ പെരുമാറിയതിന്റെ പേരിൽ തന്റെ സൈനികർക്കുനേരെ നിഷ്ഠൂരമായി പെരുമാറാനും അദ്ദേഹം മടിച്ചില്ല. നാലുപേരെ തൂക്കിലേറ്റി. നിരവധി പേരെ 'അടിശിക്ഷ'യ്ക്കു വിധേയരാക്കി. ഇന്ത്യയിൽ കാലാവസ്ഥയുടെ പ്രശ്നമാകാം, ആർതറെ വയറിളക്കം, പനി ത്വക് രോഗം തുടങ്ങിയവ അലട്ടിക്കൊണ്ടിരുന്നു. 1803 ൽ മറാത്താ യുദ്ധത്തിലും അദ്ദേഹം ഇംഗ്ലീഷ് സേനയെ വിജയകരമായി നയിച്ചു. 1804 ൽ ഇംഗ്ലണ്ടിൽ മടങ്ങിയെത്തിയ ആർതർ ബ്രിട്ടീഷ് പാർലമെന്റംഗമായി. തുടർന്ന് അയർലന്റിലെ ചീഫ് സെക്രട്ടറിയും.

ഫ്രഞ്ചുചക്രവർത്തി നെപ്പോളിയനെതിരെ ബ്രിട്ടൻ ഉൾപ്പെടെയുള്ള രാജ്യങ്ങൾ യുദ്ധം ചെയ്യുന്ന കാലം. ബ്രിട്ടീഷ് പടനായകനായി ഫ്രാൻസിനെതിരെ സ്പെയിനിലും പോർച്ചുഗല്ലിലും നടന്ന യുദ്ധങ്ങളിൽ ആർതർ വിജയം നേടി. 'ഫീൽഡ് മാർഷൽ' പദവി ലഭിച്ച അദ്ദേഹം തുടർന്ന് 'ഡ്യൂക്ക്' പദവിയിലേക്കും ഉയർത്തപ്പെട്ടു.

1815 ലെ വാട്ടൽലൂ യുദ്ധത്തിൽ ഐക്യരാഷ്ട്രസേനകളെ നയിച്ച ആർതർ, നെപ്പോളിയനെ തോൽപ്പിച്ചു. യൂറോപ്പ് ശ്വാസമടക്കിപ്പിടിച്ച് വീക്ഷിച്ച യുദ്ധമായിരുന്നു അത്. അതോടെ യൂറോപ്പിലെ ഏറ്റവും പ്രശസ്തനായ യോദ്ധാവായി അദ്ദേഹം അംഗീകരിക്കപ്പെട്ടു. 1828–30 കാലത്ത് ബ്രിട്ടീഷ് പ്രധാനമന്ത്രിയായെങ്കിലും സ്ഥാനം രാജിവെച്ചു. 1852 സെപ്തംബർ 14 ന് ആർതർ അന്തരിച്ചു.

വിശ്രുത പോരാളി ഹൊറേഷ്യാ നെൽസൺ അന്ത്യവിശ്രമം കൊള്ളുന്ന സെന്റ് പോൾസ് കത്തീഡ്രലിലാണ് ആർതറെയും സംസ്കരിച്ചത്.

അനുജന്റെ ഉയർച്ചയിൽ ജ്യേഷ്ഠന്റെ മനോഭാവം എന്തായിരുന്നുവെന്നുകൂടി അറിയേണ്ടേ? വ്യക്തിപരമായ ഒട്ടേറെ നേട്ടങ്ങൾ കൈവരിച്ചിരുന്നുവെങ്കിലും ആർതറുടെ ഉയർച്ചയിൽ റിച്ചാർഡ് വെല്ലസ്ലി കടുത്ത അസൂയ പുലർത്തിയിരുന്നുവത്രേ.

ടിപ്പു വധിക്കപ്പെട്ട യുദ്ധത്തെപ്പറ്റി ഒരു കാര്യം കൂടി. നിർണായക വേളയിൽ ടിപ്പുവിന്റെ സേനാമേധാവിയായ മിർസാദിക്ക് അദ്ദേഹത്തെ ചതിച്ചു. യുദ്ധം അതിന്റെ മൂർധന്യത്തിൽ നിൽക്കവേ സൈനികരെ ശമ്പളം വാങ്ങാൻ പറഞ്ഞുവിട്ടുകൊണ്ട് അയാൾ ടിപ്പുവിന്റെ സൈനികശക്തി ദുർബലപ്പെടുത്തി. ഈ അവസരം മുതലെടുത്ത് വെള്ളപ്പട്ടാളം ആക്രമിച്ചു മുന്നേറുകയും ചെയ്തു.

29

വേലുത്തമ്പിയുടെ വരവ്

വേലുത്തമ്പി ദളവ

കേരളത്തിലെ ആദ്യത്തെ ജനകീയ പ്രക്ഷോഭത്തിന്റെ നായകൻ വേലുത്തമ്പിയാണ്. അക്കഥ ഇങ്ങനെ.

'മൈസൂർ കടുവ'യായ ടിപ്പുവിന്റെ ആക്രമണത്തിൽനിന്ന് തിരുവിതാംകൂറിനെ സംരക്ഷിച്ചത് ധർമരാജാവാണ്. അദ്ദേഹത്തിനു ശേഷം മഹാരാജാവായത് ബാലരാമവർമ (1798–1810). അപ്രാപ്തനായ രാജാവിനെ ചുറ്റിപ്പറ്റിനിന്ന ഒരു ഉപജാപക സംഘമാണ് അക്കാലത്ത് തിരുവിതാംകൂറിന്റെ ഭരണം നിയന്ത്രിച്ചിരുന്നത്. ടിപ്പുവിന്റെ പടയോട്ടക്കാലത്ത് മലബാറിൽനിന്ന് അഭയം തേടിയെത്തിയ ജയന്തൻശങ്കരൻ നമ്പൂതിരിയായിരുന്നു ഈ സംഘത്തിന്റെ തലവൻ. തടി, പുകയില, ഉപ്പ് എന്നിവയുടെ കരാറുകാരനായ മാത്തുതരകൻ, മേലെഴുത്ത് ഉദ്യോഗസ്ഥനായ തക്കല ശങ്കരനാരായണൻ ചെട്ടി, ജയന്തന്റെ രണ്ട് അനുജൻമാർ എന്നിവരായിരുന്നു മറ്റ് ഉപജാപകക്കാർ. പ്രശസ്തനായ രാജാകേശവദാസനായിരുന്നു അക്കാലത്തെ ദിവാൻ. എന്നാൽ ദിവാന്റെ ഉപദേശങ്ങൾ രാജാവ് ചെവിക്കൊണ്ടിരുന്നില്ല. ഉപജാപകക്കാരുടെ കുതന്ത്രങ്ങളാൽ കേശവദാസൻ

പിന്നീട് പദവിയിൽനിന്ന് പിരിച്ചുവിടപ്പെട്ടു. 1799 ൽ വീട്ടുതടങ്കലിൽ കിടന്നാണ് അദ്ദേഹം അന്തരിച്ചത്. വിഷം കൊടുത്ത് കൊല്ലുകയായിരുന്നുവെന്നും പറയപ്പെടുന്നു.

കേശവദാസന്റെ മരണത്തോടെ ഉപജാപകവൃന്ദത്തിന്റെ സ്വാധീനം വർധിച്ചു. മൈസൂർ യുദ്ധച്ചെലവും കപ്പവും ഉൾപ്പെടെ വലിയൊരു സംഖ്യ തിരുവിതാംകൂർ, ഇംഗ്ലീഷ് കമ്പനിക്കു നൽകേണ്ടതായി വന്നു. നാട്ടുപ്രമാണിമാരിൽനിന്ന് നിർബന്ധ പിരിവു നടത്തിയും നിത്യോപയോഗവസ്തുക്കളുടെ നികുതിവർധിപ്പിച്ചും തുക സമാഹരിക്കാനായി ജയന്തൻ രംഗത്തെത്തി. ധനികരുടെ ഒരു പട്ടിക തയാറാക്കിക്കൊണ്ട് ഓരോരുത്തരും നൽകേണ്ട സംഖ്യ നിശ്ചയിച്ചു. തുക നൽകാത്ത പലരെയും ദേഹോദ്രവം ഏൽപ്പിച്ചു. ചിലർക്ക് ചാട്ടവാറടിയും കാരാഗൃഹവാസവും ലഭിച്ചു. ജനങ്ങളിൽനിന്ന് നിർബന്ധിത പിരിവും ആരംഭിച്ചു.

കൽക്കുളത്തെ കാര്യക്കാരനായിരുന്ന വേലുത്തമ്പിക്ക് 20,000 പണം അടയ്ക്കാൻ കൽപ്പന കിട്ടി. തുക കൊടുക്കുകയില്ലെന്നു മാത്രമല്ല ഇത്തരം അതിക്രമം വച്ചുപൊറുപ്പിക്കില്ലെന്നും തമ്പി തീർച്ചപ്പെടുത്തി. സംഖ്യ ഒടുക്കാൻ കഴിയാതെ വന്നതിന്റെ പേരിൽ ക്രൂരമർദനത്തിനിരയായ ചിറയിൻകീഴ് കാര്യക്കാരനായ ചെമ്പകരാമൻപിള്ളയെയും തമ്പി ഒപ്പംകൂട്ടി.

വലിയൊരു ജനക്കൂട്ടത്തെയും നയിച്ച് വേലുത്തമ്പി, രാജസന്നിധിയിലെത്തി. ജനങ്ങളുടെ ആവേശംകണ്ട് പേടിച്ച് ഉപജാപകർ ഓടിയൊളിച്ചു. ഭയന്ന രാജാവ് ആവലാതി കേൾക്കാൻ സന്നദ്ധനായി.

ജയന്തൻ നമ്പൂതിരിയെയും അനുജന്മാരെയും നാടുകടത്തുക, മറ്റ് ഉപജാപകക്കാർക്ക് അടിശിക്ഷ കൊടുത്ത് ചെവി മുറിച്ച് തുറുങ്കിലടക്കുക, വർധിപ്പിച്ച നികുതികൾ പിൻവലിക്കുക തുടങ്ങിയ ആവശ്യങ്ങൾ നേതാക്കൾ ഉന്നയിച്ചു.

ആവശ്യങ്ങളെല്ലാം അംഗീകരിക്കാൻ രാജാവ് നിർബന്ധിതനായി. തിരുവിതാംകൂറിലെ ദുർഭരണത്തിനും അതോടെ അന്ത്യമായി. ചെമ്പകരാമൻപിള്ള ദളവയായും വേലുത്തമ്പി മുളകുമടിശ്ശീല കാര്യക്കാരനായും (വ്യാപാര വ്യവസായ മന്ത്രി) നിയമിക്കപ്പെട്ടു.

1810 ൽ 29-ാം വയസിലായിരുന്നു ബാലരാമവർമയുടെ അന്ത്യം.

30

അതിഥിയായെത്തി; ചതിയിലൂടെ അന്ത്യം

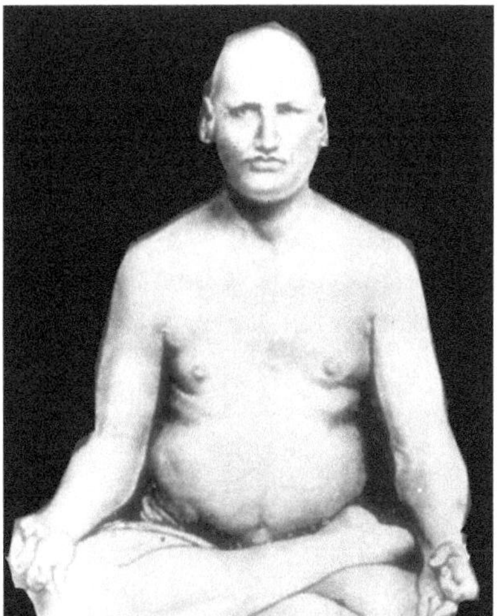

സ്വാമി ദയാനന്ദ സരസ്വതി

അതിഥിയായെത്തി അപമൃത്യു വിനിരയായ സന്യാസി. സ്വാമി ദയാനന്ദ സരസ്വതിയുടെ ജീവിതത്തിൽ സംഭവിച്ചത് അതാണ്.

ഇന്ത്യയിലെ സാമൂഹ്യ പരിഷ്കർത്താക്കളിൽ പ്രമുഖ സ്ഥാനമുള്ള ദയാനന്ദൻ 1824 ൽ ഗുജറാത്തിലെ ടാങ്കറയിൽ ജനിച്ചു. മൂലശങ്കർ എന്നായിരുന്നു കുട്ടിക്കാലത്തെ പേര്.

വേദങ്ങൾ ഹൃദിസ്ഥമാക്കിയ മൂലശങ്കറിനു വിഗ്രഹാരാധന, ജാതിവ്യത്യാസം, അയിത്തം എന്നിവയോട് യോജിക്കാനായില്ല. ദുരാചാരങ്ങൾക്കെതിരെ പ്രചാരണം നടത്താനായി 21-ാം വയസിൽ സന്യാസം സ്വീകരിച്ച് അദ്ദേഹം വീടുവിട്ടിറങ്ങി. 'ദയാനന്ദൻ' എന്ന പേരും സ്വയം സ്വീകരിച്ചു. മധുരയിലെ അന്ധസന്യാസിയായ വിർജാനന്ദ് ദണ്ഡിയേയാണ് ദയാനന്ദൻ തന്റെ ഗുരുവായി കണ്ടെത്തിയത്. യാഥാസ്ഥിതിക ചിന്താഗതികൾ, സതി, ശൈശവ വിവാഹം, ജന്തുബലി തുടങ്ങിയവയ്ക്കെതിരെ പ്രസംഗിച്ചുകൊണ്ട് നാടെങ്ങും അദ്ദേഹം സഞ്ചരിച്ചു. കർമയോഗിയായിത്തീർന്ന ദയാനന്ദന് ധാരാളം

അനുയായികളുണ്ടായി.

'വേദങ്ങളിലേക്ക് മടങ്ങുക' എന്നതായിരുന്നു സ്വാമിയുടെ പ്രധാനപ്പെട്ട ആഹ്വാനം. വേദപഠനം ബ്രാഹ്മണർക്കു മാത്രമായി പരിമിതപ്പെടുത്തരുതെന്നും അത് എല്ലാ വിഭാഗക്കാർക്കും ലഭ്യമാക്കണമെന്നും അദ്ദേഹം ആവശ്യപ്പെട്ടു. സ്വാമിയുടെ ദർശനങ്ങൾ അടങ്ങുന്ന കൃതിയാണ് *സത്യാർഥപ്രകാശം.* ഹിന്ദുമതത്തെ ശുദ്ധീകരിക്കുന്നതിന് 1875 ൽ അദ്ദേഹം 'ആര്യസമാജം' സ്ഥാപിച്ചു.

രാജസ്ഥാനിലെ ജോധ്പൂർ രാജാവിന്റെ അതിഥിയായി 1883 ൽ സ്വാമി അദ്ദേഹത്തിന്റെ കൊട്ടാരത്തിലെത്തി. സ്വാമിയുടെ ദർശനങ്ങളിൽ ആകൃഷ്ടനായതിലാണത്രേ രാജാവ് അദ്ദേഹത്തെ ക്ഷണിച്ചുവരുത്തിയത്. കൊട്ടാരത്തിൽ കഴിയവെ, ഒരുനാൾ സ്വാമി രാജാവിന്റെ വിശ്രമകേന്ദ്രത്തിലെത്തി. അവിടെ ഒരു നർത്തകിക്കൊപ്പമാണു സ്വാമി രാജാവിനെ കണ്ടത്. ഇത്തരം രീതികൾ പാടില്ലെന്നും ധർമത്തെ മുറുകെപ്പിടിച്ചുകൊണ്ടുമാത്രമേ ഒരു രാജാവ് ജീവിക്കാവുവെന്നും സ്വാമി രാജാവിനെ ഉപദേശിച്ചു.

നർത്തകിക്കു പക്ഷെ സ്വാമിയോട് കഠിനമായ കോപം തോന്നി. സ്വാമിയുടെ പാചകക്കാരനായ ജഗന്നാഥനെ അവൾ കോഴ കൊടുത്ത് വരുതിയിലാക്കി. കുപ്പിച്ചില്ലുകൾ പൊടിച്ചുകലർത്തിയ പാൽ സ്വാമിക്കു നൽകി. ചതിയറിയാതെ അതുകുടിച്ച സ്വാമി അത്യാസന്നനിലയിലായി. സ്വാമിയുടെ മരണവെപ്രാളം കണ്ട് സഹിക്കവയ്യാതെ പാചകക്കാരൻ കുറ്റം ഏറ്റുപറഞ്ഞ് മാപ്പിരന്നു. മരണക്കിടക്കയിൽ വച്ചുതന്നെ സ്വാമി അയാൾക്കു മാപ്പുനൽകി. കുറെ പണം നൽകുക മാത്രമല്ല രാജകോപത്തിനിരയാകാതെ രക്ഷപ്പെട്ടു കൊള്ളാനും സ്വാമി ഉപദേശിച്ചുവത്രേ. 1883 ഒക്ടോബർ 30 ന് സ്വാമി ദയാനന്ദ സരസ്വതി അന്തരിച്ചു.

31

ശുചീകരണം, പിന്നെ പ്രസംഗം

ഗാന്ധിജി

ഗാന്ധിജി ആദ്യമായി ഇന്ത്യൻ നാഷണൽ കോൺഗ്രസിന്റെ സമ്മേളനത്തിൽ പങ്കെടുത്തത് 1901-ൽ കൊൽക്കത്തയിലാണ്. ദക്ഷിണാഫ്രിക്കയിൽ നിന്നാണ് അദ്ദേഹം എത്തിയത്. ദക്ഷിണാഫ്രിക്കയിൽ കറുത്ത വർഗക്കാർ നേരിടുന്ന പ്രശ്നങ്ങൾ കോൺഗ്രസിന്റെ ശ്രദ്ധയിൽ പെടുത്തുകയായിരുന്നു ലക്ഷ്യം.

ദക്ഷിണാഫ്രിക്കയിൽനിന്ന് കപ്പലിലായിരുന്നു യാത്ര. 23 ദിവസത്തിനുശേഷം ഗാന്ധിജി ഹൂഗ്ലി തുറമുഖത്തെത്തി. അവിടെനിന്ന് കൊൽക്കത്തയിലേക്ക്.

സമ്മേളന സ്ഥലത്ത് വലിയ ജനക്കൂട്ടം. ഒരു ഉത്സവത്തിന്റെ മട്ട്. ഒരു പരിശീലനവുമില്ലാത്ത സന്നദ്ധഭടന്മാർ. ശുചീകരണം പേരിനുപോലുമില്ല. ഒന്നുരണ്ടു ദിവസം കഴിയുമ്പോഴേക്കും പകർച്ചവ്യാധികൾ കടന്നുകയറും. എവിടെയും കെട്ടിക്കിടക്കുന്ന മലിനജലം. പ്രാഥമിക ആവശ്യങ്ങൾക്കുള്ള സൗകര്യം വളരെ പരിമിതം. ആവശ്യക്കാരാകട്ടെ ആയിരക്കണക്കിന്. ഈ അവസ്ഥ ശരിയാവില്ലെന്ന് ഗാന്ധിജി ഉറപ്പിച്ചു.

ഗാന്ധിജി സന്നദ്ധഭടന്മാരെ സമീപിച്ചു. അവർ കൈയൊഴിഞ്ഞു. "ഓ അതൊക്കെ തോട്ടികളുടെ ജോലിയാണ്."

നിവൃത്തികെട്ട ഗാന്ധിജി ഒരു ചൂൽ തേടിപ്പിടിച്ചു. തൊട്ടിയും വെള്ളവുമായി ശുചീകരണത്തിനിറങ്ങി. ചില പ്രതിനിധികൾ താമസിക്കുന്ന മുറികളുടെ വരാന്തകൾപോലും രാത്രി പ്രാഥമികാവശ്യങ്ങൾക്കായി ഉപയോഗിച്ചിരുന്നത് അദ്ദേഹം കണ്ടെത്തി. ഗാന്ധിജിയുടെ ഏകാംഗ യജ്ഞം കണ്ട് ഏതാനും ചിലർ സഹായിക്കാനെത്തി.

സമ്മേളനത്തിന്റെ അവസാന ദിവസം. തന്റെ ദക്ഷിണാഫ്രിക്കൻ പ്രമേയം അതുവരെയും പരിഗണിച്ചിട്ടില്ല. പിൽക്കാലത്ത് തന്റെ രാഷ്ട്രീയ ഗുരുവായി മാറിയ ഗോഖലെയോട് ഗാന്ധിജി കാര്യം തിരക്കി. "ഇല്ല ഗാന്ധി... മറക്കില്ല, പ്രമേയങ്ങൾ ഓടിക്കുന്നത് കാണുന്നില്ലേ.' ഗോഖലെ പറഞ്ഞു.

ശരിക്കും പ്രമേയങ്ങൾ ഓടിക്കുക തന്നെയായിരുന്നു. ആർക്കും ഒന്നും ശ്രദ്ധിക്കാൻ കഴിയാത്ത വിധം.

ദിൽഷാ വാച്ചയായിരുന്നു അധ്യക്ഷൻ. പ്രമേയം വായിക്കാനായി ഗാന്ധിജിയെ ക്ഷണിച്ചു.

ഗാന്ധിജി വിറച്ചുകൊണ്ട് പ്രമേയം വായിച്ചു. ഗോഖലെ പ്രമേയത്തെ പിന്താങ്ങി. ഏകകണ്ഠമായി അത് പാസാക്കി. ഇനി പൊതു സമ്മേളനത്തിൽ ഗാന്ധിജിക്ക് അഞ്ച് മിനിറ്റ് സംസാരിക്കാം.

ഗാന്ധിജിക്ക് ഈ സമ്മേളനത്തിലെ ഈ 'ഓടിക്കലും' ഉദാസീനതയും തീരെ ഇഷ്ടപ്പെട്ടില്ല. പ്രമേയത്തിൽ ഉന്നയിച്ചിരിക്കുന്ന പ്രശ്നമെന്തെന്ന് മനസിലാക്കാൻ ആരും ശ്രമിച്ചില്ല. എല്ലാം ഗോഖലെ നോക്കിയാൽ മതിയെന്ന മട്ട്. മറ്റാർക്കും കാര്യം മനസിലാക്കണമെന്ന് തീരെ ആഗ്രഹമില്ല.

പൊതുസമ്മേളനം. ഗാന്ധിജിയുടെ പ്രസംഗത്തിനു സമയമായി. ആഫ്രിക്കയിൽനിന്ന് നേടിയെടുത്ത വാക്സാമർഥ്യമൊന്നും അവിടെ കണ്ടില്ല. രണ്ടു മിനിട്ട് മുമ്പേയുള്ള മുന്നറിയിപ്പ് മണിമുഴങ്ങിയപ്പോൾ സമയം കഴിഞ്ഞു എന്ന് ഗാന്ധിജി തെറ്റിദ്ധരിച്ചു. ഉടൻ അദ്ദേഹം പ്രസംഗം നിർത്തുകയും ചെയ്തു.

32

കിണിയുടെ തല കണി

ശക്തൻ തമ്പുരാൻ

രാജനീതിക്ക് ദാക്ഷിണ്യമില്ലെന്ന് തെളിയിക്കുന്നതായിരുന്നു കൊച്ചിയിലെ ശക്തൻ തമ്പുരാന്റെ (1790–1805) രീതികൾ. തമ്പുരാൻ വ്യാപാര പ്രമുഖനോടുള്ള കോപം തീർത്തത് വ്യാപാരിയുടെ തല അറുത്തെടുത്തായിരുന്നു.

രാമവർമ എന്നായിരുന്നു ശക്തൻ തമ്പുരാന്റെ ശരിയായ പേര്. ശക്തൻ എന്ന പേര് ചിറ്റമ്മ നൽകിയതാണെന്നും അതല്ല നിശ്ചയങ്ങൾ കൈക്കൊള്ളുന്നതിലെ ദൃഢചിത്തതകൊണ്ട് ലന്തക്കാർ (ഡച്ചുകാർ) നൽകിയതാണെന്നും രണ്ടുപക്ഷമുണ്ട്.

ഗോവയിൽ പോർച്ചുഗീസുകാരുടെ കൊടിയ പീഡനങ്ങൾക്കു വിധേയമായ ജനവിഭാഗമായിരുന്നു ഗൗഡ സാരസ്വത ബ്രാഹ്മണർ. അഭയം തേടി കൊച്ചിയിലെത്തിയ അവർക്ക് അക്കാലത്തെ കൊച്ചിരാജാവ് എല്ലാ പ്രോത്സാഹനവും നൽകി. പിൽക്കാലത്ത് വലിയ വ്യാപാര പ്രമാണിമാരായി അവർ വളർന്നു. മാത്രമല്ല ഗൗഡസാരസ്വതർ ലന്തക്കാരുമായി വലിയ അടുപ്പത്തിലുമായി. ക്രമേണ രാജാധികാരത്തെ ധിക്കരിക്കുവാൻ കൂടി അവർ തുനിഞ്ഞു

വത്രേ!

ശക്തൻ തമ്പുരാൻ അധികാരം ഏറ്റെടുത്ത കാലം. ശക്തനെ അവഹേളിക്കും വിധം ഗൗഡസാരസ്വതർ പെരുമാറിയെന്ന് തമ്പുരാന്റെ ചെവിയിൽ ആരോ ഓതിക്കൊടുത്തു. അവഹേളനത്തിന് നേതൃത്വം കൊടുത്തത് വ്യാപാര പ്രമുഖനായ ദേവരശക്കിണിയായിരുന്നുവത്രെ!

ഒരുനാൾ പള്ളിയുറക്കത്തിന് മുമ്പ് പിറ്റേന്ന് പുലർച്ചയ്ക്കുള്ള കണി എന്തെന്നു സേവകർ തമ്പുരാനോട് ചോദിച്ചു. കിണിയുടെ തല കണി എന്നായിരുന്നുവത്രെ തമ്പുരാൻ ആവശ്യപ്പെട്ടത്. ശക്തന്റെ പടയാളികൾ അന്നുരാത്രിതന്നെ കിണിയെ പിടികൂടി. ശിരസറുത്തെടുത്ത് തളികയിൽ വച്ചുവത്രെ.

ഗൗഡസാരസ്വതരെപ്പോലെ രാജനിന്ദയ്ക്കു തുനിഞ്ഞ ലത്തീൻ ക്രിസ്ത്യാനികൾക്കും പിടിപ്പതു ശിക്ഷ ശക്തൻ നൽകി. അവരെ കൊച്ചി കായലിൽ കെട്ടിത്താഴ്ത്തുകയായിരുന്നുവത്രേ. എന്നാൽ സുറിയാനി ക്രിസ്ത്യാനികളെ ശക്തൻ രാജ്യത്ത് കൊണ്ടുവന്ന് പാർപ്പിക്കുകയും ചെയ്തു.

33

വിഷം നൽകി നിറയൊഴിച്ചു; ഒടുവിൽ നദിയിൽ മുക്കി ഒരു വധം

റാസ്പുട്ടിൻ

കൊടുംവിഷം നൽകി. മരിച്ചില്ലെന്നു കണ്ടപ്പോൾ വെടിവെച്ചു വീഴ്ത്തി. എന്നിട്ടും മരിച്ചില്ല! ഒടുവിൽ കെട്ടിവരിഞ്ഞ് നദിയിലേക്കു വലിച്ചെറിഞ്ഞു. കപട സന്യാസിമാരുടെ ആചാര്യനായ റാസ്പുട്ടിന്റെ ജീവിതാന്ത്യം ഇങ്ങനെ.

ഗ്രിഗറി യെഫിമോവിച്ച് റാസ്പുട്ടിൻ എന്നാണ് മുഴുവൻ പേര്. 1872 ൽ റഷ്യയിലെ സൈബീരിയയിൽ ജനിച്ചു. ചെറുപ്പത്തിലേ അമാനുഷിക സിദ്ധികളുടെ പേരിൽ പ്രസിദ്ധൻ. ഏതു രോഗവും പ്രാർഥനയിലൂടെ സുഖപ്പെടുത്തുമെന്നായിരുന്നു കേഴ്‌വി.

1903 ൽ റാസ്പുട്ടിൻ സെന്റ്പീറ്റേഴ്സ് ബർഗിൽ എത്തി. അക്കാലത്ത് റഷ്യൻ ചക്രവർത്തിയായ സർ നിക്കോളസ് രണ്ടാമന്റെ മകൻ അലക്സി രോഗശയ്യയിലായിരുന്നു. ചികിത്സ ഫലിക്കാതെ വന്നപ്പോൾ രാജ്ഞി അലക്സാണ്ട്ര, റാസ്പുട്ടിനെ വിളിച്ചുവരുത്തി. അയാളുടെ പ്രാർഥനയിലൂടെ രാജകുമാരന്റെ രോഗത്തിനു ശമനമുണ്ടായത്രേ. ഇതോടെ ചക്രവർത്തിയും രാജ്ഞിയും ദൈവസിദ്ധിയുള്ള സന്യാസിയായി റാസ്പുട്ടിനെ കണ്ടുതുടങ്ങി. താമസിയാതെ കൊട്ടാരത്തിലെ ഏറ്റവും സ്വാധീനമുള്ള വ്യക്തി

യായി റാസ്പുട്ടിൻ മാറി. രാഷ്ട്രീയ–ഭരണ–മത കാര്യങ്ങളിൽ അയാൾ ഇടപെട്ടു. മദ്യപിച്ചുള്ള വിക്രിയകളും ആഭിചാരപ്രവൃത്തികളും അയാളെ വിവാദങ്ങളിൽ കൊണ്ടെത്തിച്ചു. എന്നാൽ രാജ്ഞിക്ക് അയാളോടുണ്ടായിരുന്ന അടുപ്പം റാസ്പുട്ടിന് പലപ്പോഴും തുണയായി.

ഒന്നാംലോകമഹായുദ്ധം തുടങ്ങിയ കാലം. യുദ്ധകാര്യങ്ങളിൽ റാസ്പുട്ടിൻ നടത്തിയ ഇടപെടലുകൾ അതിരുകടന്നവയായിരുന്നു. അയാളുടെ ദുഃസ്വാധീനത്തിൽനിന്നും കൊട്ടാരത്തെ രക്ഷിക്കാനുള്ള ശ്രമങ്ങളും ഇതോടെ ആരംഭിച്ചു. അതിനുള്ള ശ്രമം രാജകുമാരനായ ഫെലിക്സ് യുസുപോവിന്റേതായിരുന്നു. സുഹൃത്തുക്കൾക്കൊപ്പം അദ്ദേഹം റാസ്പുട്ടിനെ വധിക്കാൻ പദ്ധതി തയാറാക്കി.

1916 ഡിസംബർ 30. യുസുപോവിന്റെ പത്നി ഐറീന ക്ഷണിക്കുന്നു എന്ന് പറഞ്ഞ് പ്രലോഭിപ്പിച്ച് അവർ റാസ്പുട്ടിനെ വിളിച്ചുവരുത്തി. കേക്കും സയനെഡും കലർത്തിയ വീഞ്ഞും നൽകി. അഞ്ചുപേരെ കൊല്ലാൻ ശേഷിയുള്ള അളവിലാണ് വിഷം കലർത്തിയത്. മയങ്ങിപ്പോയ അയാളെ താഴത്തെ നിലയിൽ കിടത്തി എല്ലാവരും മുകളിലേക്ക് പോയി. അനന്തരം യുസുപോവ് താഴേക്ക് വന്ന് മരണം ഉറപ്പിക്കാൻ ഒരു വെടിയുതിർത്തു. തന്റെ കോട്ട് മറന്നുവെച്ചശേഷമാണ് രാജകുമാരൻ മടങ്ങിയത്. കോട്ടെടുക്കാൻ വന്നപ്പോൾ റാസ്പുട്ടിൻ കണ്ണുതുറന്നു കിടക്കുന്നു! മാത്രമല്ല യുസുപോവിനെ അരികെ വിളിച്ച് 'എടാ ചീത്തക്കുട്ടി' എന്നുപറഞ്ഞ് ഞെരിക്കാനും തുടങ്ങി. അതോടെ മറ്റുള്ളവർ ഓടിയെത്തി അയാൾക്കു നേരെ നിറയൊഴിച്ചു. വെടികൊണ്ട് അയാൾ നിലംപതിച്ചു. അടുത്തേക്കു ചെന്നപ്പോഴാകട്ടെ എഴുന്നേൽക്കാൻ ശ്രമിച്ചു. അവർ വടി കൊണ്ട് അടിച്ചുവീഴ്ത്തി. ശരീരം കെട്ടിവരിഞ്ഞ് മഞ്ഞുനിറഞ്ഞ നേവാ നദിയിലേക്ക് വലിച്ചെറിഞ്ഞു.

മൂന്ന് ദിവസത്തിന് ശേഷം ജഡം നദിയിൽനിന്ന് കണ്ടെത്തി. വിഷബാധയേറ്റ്, നാലുവെടിയുണ്ട തുളച്ചുകയറി, മാരകമാംവിധം ഭേദ്യം ചെയ്യപ്പെട്ട നിലയിലായിരുന്നു. കെട്ടുകൾ പൊട്ടിയ നിലയിലും. ശ്വാസകോശത്തിൽ ജലാംശം കണ്ടെത്തി. മരണവെപ്രാളത്തിനിടെ നീന്തി രക്ഷപ്പെടാൻ ശ്രമിച്ചതായി ഇത് സൂചിപ്പിക്കുന്നു.

34

ഡോ. പൽപ്പുവും നടരാജഗുരുവും യതിയും...

ഡോ. പൽപ്പു

'ഇന്ത്യയിലെ മഹാന്മാരായ വിപ്ല വകാരികളിൽ അനശ്വരനായ വ്യക്തി' എന്നു സരോജിനി നായിഡു വിശേഷിപ്പിച്ച മലയാളി യാണ് ഡോ. പൽപ്പു. സാമൂഹ്യ വിവേചനത്തെയും കഷ്ടപ്പാടുക ളെയും അദ്ദേഹം കഠിനാധ്വാന ത്തിലൂടെ മറികടന്നു.

1863 ൽ നവംബർ രണ്ടിന് തിരുവനന്തപുരത്ത് പേട്ടയിൽ പൽപ്പു ജനിച്ചു. അച്ഛൻ: തച്ചു ക്കുട്ടി പൽപ്പു. അമ്മ: പപ്പമ്മ. പൽപ്പുവിന്റെ ജ്യേഷ്ഠൻ വേലാ യുധനാണ് തിരുവിതാംകൂറിലെ ആദ്യത്തെ ഈഴവ ബിരുദധാരി. ജാതിയുടെ പേരിൽ അദ്ദേഹ ത്തിനു സ്വന്തം നാട്ടിൽ ജോലി ലഭിച്ചില്ല.

പഠനത്തിൽ സമർഥനായ പൽപ്പു 1884-ൽ വൈദ്യശാസ്ത്ര പ്രവേ ശനപരീക്ഷ എഴുതി വിജയിച്ചെങ്കിലും ജാതി വിവേചനത്താൽ ഒഴിവാ ക്കപ്പെട്ടു. അങ്ങനെ അദ്ദേഹം മദ്രാസ് മെഡിക്കൽ കോളേജിൽ ചേർന്നു. പലരുടേയും സാമ്പത്തിക സഹായം സ്വീകരിച്ചാണ് പഠനം പൂർത്തിയാ ക്കിയത്. വൈദ്യശാസ്ത്ര ബിരുദം നേടിയെങ്കിലും തിരുവിതാംകൂറിൽ

ഉദ്യോഗം ലഭിച്ചില്ല. പിന്നോക്കജാതിക്കാരനായതു തന്നെ കാരണം. 1891 ൽ പൽപ്പു മൈസൂർ മെഡിക്കൽ കോളേജിൽ ഡോക്ടറായി ചേർന്നു.

തിരുവിതാംകൂറിലെ ജാതിവിവേചനം ജി പി പിള്ളയുടെ സഹായത്തോടെ പൽപ്പു ബ്രിട്ടീഷ് പാർലമെന്റിൽവരെ എത്തിച്ചു. കേണൽ യുൾ എന്ന അംഗം പാർലമെന്റിൽ ഈ വിഷയം അവതരിപ്പിച്ചു. 1900 ൽ ജാതി വിവേചനത്തിന്റെ രൂക്ഷത പൽപ്പു ഇന്ത്യയിലെ വൈസ്രോയിയായിരുന്ന കഴ്സൺ പ്രഭുവിനേയും ധരിപ്പിച്ചു.

ഈഴവർ അനുഭവിക്കുന്ന ദുരിതങ്ങൾ വിവരിക്കുന്ന 13176 പേർ ഒപ്പിട്ട ഭീമഹർജി 1896 സെപ്തംബർ മൂന്നിന് പൽപ്പു ശ്രീമൂലം തിരുനാൾ മഹാരാജാവിന് സമർപ്പിച്ചു. 'ഈഴവ മെമ്മോറിയൽ' എന്ന് ഇത് അറിയപ്പെടുന്നു. Treatment of Thiyyas in Travancore എന്ന പുസ്തകവും അദ്ദേഹം പ്രസിദ്ധീകരിച്ചു.

മൈസൂർ ദിവാന്റെ വസതിയിൽ വച്ച് സ്വാമി വിവേകാനന്ദനെ പരിചെയ്യപ്പട്ടത് പൽപ്പുവിന്റെ ജീവിതത്തിൽ വഴിത്തിരിവായി. ഈഴവരുടെ ഉന്നമനത്തിന് ഉതകുന്ന പ്രായോഗിക നിർദേശം അദ്ദേഹം വിവേകാനന്ദനോട് ആരാഞ്ഞു. 'ആധ്യാത്മിക ജ്ഞാനമുള്ള ഒരു നിസ്വാർഥനെ കണ്ടുപിടിക്കണം. അദ്ദേഹത്തിന്റെ ഉപദേശം അനുസരിച്ചു പ്രവർത്തിച്ചാൽ ഫലം ഉണ്ടാകും.' എന്നായിരുന്നു വിവേകാനന്ദന്റെ മറുപടി.

അങ്ങനെ പൽപ്പു അരുവിപ്പുറത്ത് ആശ്രമത്തിൽ എത്തി ശ്രീനാരായണഗുരുവിനെ കണ്ടു. ശ്രീനാരായണഗുരു, കുമാരനാശാൻ, ഗോവിന്ദൻ ജഡ്ജി എന്നിവരും പൽപ്പുവും കൂടിയാലോചിച്ച് രൂപംനൽകിയ സംഘമാണ് അരുവിപ്പുറം ശ്രീനാരായണ ധർമപരിപാലനയോഗം (1903). എസ് എൻ ഡി പി യോഗത്തിന്റെ തുടക്കം ഇങ്ങനെയായിരുന്നു. യോഗത്തിന്റെ പ്രവർത്തനത്തിനാവശ്യമായ ധനത്തിന്റെ ഒരുഭാഗം നൽകിയതും പൽപ്പുവായിരുന്നു. യോഗത്തിന്റെ മുഖപ്രസിദ്ധീകരണമായി 1904-ൽ *വിവേകോദയം* ആരംഭിച്ചു. മഹാകവി കുമാരനാശാനായിരുന്നു പത്രാധിപർ. മൈസൂരിൽവച്ച് കുമാരനാശാന്റെ വിദ്യാഭ്യാസത്തിന് സഹായം നൽകിയതും പൽപ്പുവായിരുന്നു.

1950 ഒക്ടോബർ 29 ന് തിരുവനന്തപുരത്ത് പൽപ്പു അന്തരിച്ചു. ശ്രീനാരായണഗുരുകുലത്തിന്റെ സ്ഥാപകനായ നടരാജഗുരു രണ്ടാമത്തെ പുത്രനാണ്. നടരാജഗുരുവിന്റെ പ്രമുഖ്യ ശിഷ്യനായിരുന്നു ഗുരു നിത്യ ചൈതന്യയതി.

35

ഗാന്ധിജിയും പൊലീസും കമ്മീഷണറും

ഇന്ത്യയിൽ ഗാന്ധിജിയുടെ ആദ്യ ആശ്രമം പ്രവർത്തനമാരംഭിച്ചത് 1915 മെയ് 25 നാണ്. കൈത്തറി നെയ്ത്തിന്റെ പ്രധാനകേന്ദ്രമായ അഹമ്മദാബാദിന് സമീപം കോച്റാബ് എന്ന ഗ്രാമത്തിൽ ഒരു കെട്ടിടം വാട

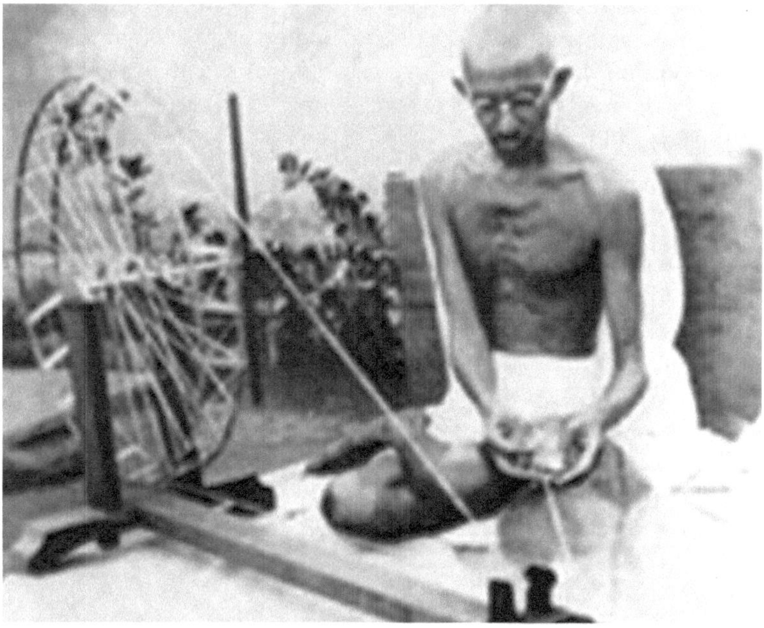

ഗാന്ധിജി

കക്കെടുത്തുകൊണ്ടായിരുന്നു തുടക്കം. 'സത്യാഗ്രഹ ആശ്രമം' എന്നാണ് ഇതിന് ഗാന്ധിജി നൽകിയ പേര്. തുടക്കത്തിൽ അന്തേവാസികളുടെ എണ്ണം 25 ആയിരുന്നു.

ഗാന്ധിജിയുടെ ആശ്രമത്തെപ്പറ്റി അറിഞ്ഞ ബ്രിട്ടീഷുകാർ അവിടുത്തെ പ്രവർത്തനം നിരീക്ഷിക്കാൻ ബ്രിട്ടീഷുകാരനായ പൊലീസ് കമ്മീഷണറെ ചുമതലപ്പെടുത്തി. കാര്യങ്ങൾ നേരിൽ കാണാൻ കമ്മീഷണർ ഒരു ദിവസം അവിടേക്ക് പുറപ്പെട്ടു.

ആശ്രമത്തെപ്പറ്റി അന്വേഷിക്കുന്നതിനിടെ നിരത്തുവക്കിലുള്ള കിണറ്റിൽനിന്ന് ഒരാൾ വെള്ളം കോരുന്നത് കമ്മീഷണർ കണ്ടു. ഒറ്റമുണ്ടു മാത്രം ധരിച്ച ആ മനുഷ്യനോട് ബാരിസ്റ്റർ ഗാന്ധി എവിടെയാണ് താമസിക്കുന്നതെന്ന് കാട്ടിത്തരാമോയെന്ന് ചോദിച്ചു. അൽപ്പം ക്ഷമിക്കൂ.. ആ സ്ഥലം കാട്ടിത്തരാം എന്ന് അയാൾ പറഞ്ഞു. കോരിയ വെള്ളം കുടത്തിൽ നിറച്ച് കുടം ചുമലിലേറ്റി ആ മനുഷ്യൻ നടന്നുതുടങ്ങി. തനിക്കൊപ്പം വരാൻ അയാൾ കമ്മീഷണറോട് ആവശ്യപ്പെട്ടു. അദ്ദേഹം അയാളെ പിന്തുടർന്നു.

കുറെ ദൂരം നടന്നപ്പോൾ അവർ ഒരു കെട്ടിടത്തിന് മുന്നിലെത്തി. കുടം അടുക്കളയിൽ വച്ചശേഷം കമ്മീഷണറെയും കൂട്ടി ആ മനുഷ്യൻ കെട്ടിടത്തിനുള്ളിലേക്ക് കയറി. അവിടെ ഒരുഭാഗത്ത് വിരിച്ചിരുന്ന പായയിൽ ഇരിക്കാൻ അയാൾ അദ്ദേഹത്തെ ക്ഷണിച്ചു.

കമ്മീഷണർ പായയിൽ ഇരിപ്പുറപ്പിച്ചു. "എനിക്ക് മടങ്ങാൻ തിടുക്കമുണ്ട്. ഗാന്ധിയെ വിവരമറിയിച്ചാൽ നന്നായിരുന്നു" എന്നു കമ്മീഷണർ പറഞ്ഞു. അപ്പോൾ വെള്ളം കോരിക്കൊണ്ടുവന്ന ആ ഗ്രാമീണർ മെല്ലെ പായയിൽ ഇരുന്നു. ഇങ്ങനെ പറഞ്ഞു: "അങ്ങ് തേടിക്കൊണ്ടിരിക്കുന്ന ഗാന്ധി ഞാനാണ്. എന്നെക്കൊണ്ട് അങ്ങേക്ക് എന്താണ് ആവശ്യം?"

ഈ മനുഷ്യനാണോ ആ ഗാന്ധി! പൊലീസ് കമ്മീഷണർ അന്തം വിട്ടിരുന്നു പോയി.

36

ഗോഖലെ എന്ന അധ്യാപകൻ

ഗോപാലകൃഷ്ണ ഗോഖലെ

'ഗാന്ധിജിയുടെ രാഷ്ട്രീയഗുരു' എന്നറിയപ്പെടുന്നത് ഗോപാലകൃഷ്ണ ഗോഖലെ. ഗോഖലെയെപ്പറ്റി ഗാന്ധിജി പറഞ്ഞതിങ്ങനെ: "ഒരു ആരാധ്യപുരുഷനെ തേടുകയായിരുന്നു ഞാൻ. ആ സ്ഥാനത്തിനു യോഗ്യനായി ഗോഖലയെ മാത്രമേ കണ്ടെത്താനായുള്ളൂ."

1866 മേയ് ഒമ്പതിന് മഹാരാഷ്ട്രയിലെ രത്നഗിരി ജില്ലയിലാണ് ഗോഖലെയുടെ ജനനം. പ്രതികൂല സാഹചര്യങ്ങളെ നേരിട്ടായിരുന്നു ജീവിതം. 13-ാം വയസിൽ പിതാവ് മരിച്ചതോടെ പ്രയാസങ്ങൾ രൂക്ഷമായി. 18-ാം വയസിൽ ബിരുദധാരിയായി. തുടർന്ന് കോളേജ് പ്രൊഫസറും പേരെടുത്ത എഴുത്തുകാരുമായി. 29-ാംവയസിൽ ഇന്ത്യൻ നാഷണൽ കോൺഗ്രസ് സെക്രട്ടറി. 34-ാം വയസിൽ സംസ്ഥാന നിയമസഭാംഗം, 39-ാം വയസിൽ ഇന്ത്യൻ നാഷണൽ കോൺഗ്രസ് അധ്യക്ഷൻ, അടുത്ത വർഷം കേന്ദ്രനിയമസഭയിലെ പ്രതിപക്ഷനേതാവ്. മരണം വരെ ആ സ്ഥാനത്ത് തുടർന്നു.

അധ്യാപകനായിരിക്കെ, ഒരിക്കൽ വിശ്രുത ഇംഗ്ലീഷ് നാവിക പട

നായകനായ ഹൊറേഷ്യാ നെൽസനെപ്പറ്റി ഗോഖലെയ്ക്കു പഠിപ്പിക്കേണ്ടിവന്നു. നെൽസനെപ്പറ്റിയുള്ള പുസ്തകങ്ങളും നാവികശാസ്ത്രഗ്രന്ഥങ്ങളും വായിച്ചതുകൊണ്ടുമാത്രം അദ്ദേഹം തൃപ്തനായില്ല. ബോംബെ തുറമുഖത്തുപോയി അവിടെയുണ്ടായിരുന്ന ഒരു കപ്പലിൽ കയറി അതിന്റെ നാനാവശങ്ങളെപ്പറ്റിയും സൂക്ഷ്മതയോടെ ചോദിച്ചറിഞ്ഞു. അതിനുശേഷമാണ് ക്ലാസെടുക്കാൻ തയാറായത്.

പൊതുപ്രവർത്തനത്തോടൊപ്പം സമുദായ പരിഷ്കരണത്തിലും ഗോഖലെ താൽപ്പര്യം പ്രകടിപ്പിച്ചു. അദ്ദേഹം നടത്തിയിരുന്ന *ജ്ഞാന പ്രകാശം* എന്ന പത്രത്തിൽ അതിനെപ്പറ്റി ഗോഖലെ എഴുതിയിരുന്നു. ഒരിക്കൽ, പുരോഗമനാശയങ്ങൾ പറയുന്ന ഗോഖലയെ പൂണൂൽ ധരിക്കുന്നതിന്റെ അനൗചിത്യത്തെപ്പറ്റി ഒരു സുഹൃത്ത് എഴുതി ചോദിച്ചു. സുഹൃത്ത് പറഞ്ഞത് ശരിയാണെന്ന് അദ്ദേഹത്തിന് തോന്നി. ഗോഖലെ തന്റെ പൂണൂൽ പൊട്ടിച്ചെടുത്ത് കവറിലാക്കി സുഹൃത്തിനയച്ചു. പിന്നീടൊരിക്കലും അദ്ദേഹം പൂണൂൽ ധരിച്ചിട്ടില്ല. ഇന്ത്യൻ ദേശീയ പ്രസ്ഥാനത്തിലെ മിതവാദികളുടെ ഏറ്റവും പ്രമുഖ നേതാവായിരുന്നു ഗോഖലെ. മഹാദേവ ഗോവിന്ദ റാനഡെയാണ് ഗോഖലയുടെ രാഷ്ട്രീയ ഗുരു.

വിശ്രമരഹിതമായ ജീവിതം മൂലം ഗോഖലെ രോഗം ബാധിച്ച് കിടപ്പിലായി. ബന്ധുക്കളെയും അനുയായികളെയും അരികെ വിളിച്ച് അദ്ദേഹം ആശ്വസിപ്പിച്ചു. ഓരോരുത്തരോടും ഗോഖലെ പറഞ്ഞു. "ഇഹലോകവാസം ഒട്ടാകെ എനിക്കു സംതൃപ്തി നൽകിക്കഴിഞ്ഞു. ഇനി പരലോകത്തിലെ സ്ഥിതി അറിയുവാനാണ് ആഗ്രഹം." 49-ാം വയസിൽ 1915 ഫെബ്രുവരി 19 ന് ഗോഖലെ അന്തരിച്ചു.

www.ingramcontent.com/pod-product-compliance
Lightning Source LLC
LaVergne TN
LVHW040827051026
849519LV00007BA/2770
* 9 7 8 9 3 8 3 1 5 5 6 5 1 *